कृष्णं वन्दे जगद्गुरुम्

दिनकर जोषी

अनुवाद
सुषमा शाळिग्राम

मेहता पब्लिशिंग हाऊस

Please contact us at **Mehta Publishing House Pvt. Ltd.**

✆ +91 020-24476924 / 24460313 / Mob. No. 9545000513

Email : production@mehtapublishinghouse.com

Website : www.mehtapublishinghouse.com

◆ *या पुस्तकातील लेखकाची मते, घटना, वर्णने ही त्या लेखकाची असून त्याच्याशी प्रकाशक सहमत असतीलच असे नाही.*

KRUSHNAM VANDE JAGADGURUM by DINKAR JOSHI

Originally Published in Gujrati

Translated into Marathi Language by Sushama Shaligram

कृष्णं वन्दे जगद्गुरुम् / अनुवादित कादंबरी

अनुवाद : सुषमा शाळिग्राम

author@mehtapublishinghouse.com

मराठी अनुवादाचे व प्रकाशनाचे हक्क : मेहता पब्लिशिंग हाऊस प्रा. लि.

संस्थापक : अनिल मेहता आणि सुनील मेहता

प्रकाशक : मेहता पब्लिशिंग हाऊस प्रा. लि.
१९४१, सदाशिव पेठ, पुणे – ४११०३०

मुद्रक : ट्रिनिटी अॅकॅडमी फॉर कॉर्पोरेट ट्रेनिंग लिमिटेड,
नऱ्हे इंडस्ट्रिअल एरिया, झील कॉलेज रोड, नऱ्हे, पुणे – ४१

मुखपृष्ठ : चंद्रमोहन कुलकर्णी

प्रथमावृत्ती : जून, २०२२

किंमत : ₹ १८०

P Book ISBN 9789394258266

E Book ISBN 9789394258327

E Books available on : amazonkindle Apple Books Google Play Books

---

अदृश्याचे दर्शन

हिंदू म्हणवणाऱ्या प्रत्येकाने 'रामायण' आणि 'महाभारत' हे दोन धर्मग्रंथ अवश्य वाचले पाहिजेत, असे गांधीजींनी एकदा कुठेसे म्हटले आहे. त्यांच्या ह्या म्हणण्यामागचा दृष्टिकोन धार्मिक आहे हे उघडच आहे; परंतु 'बायबल', 'कुराण' अथवा अन्य धर्मग्रंथांना ज्या अर्थाने धार्मिक म्हटले जाते त्या अर्थाने 'रामायण' आणि 'महाभारत' ह्या दोन ग्रंथांना धर्मग्रंथ म्हणता येणार नाही. एखाद्या विशिष्ट धर्माच्या संस्थापकाने आपल्या अनुयायांना त्या धर्माचा उपदेश करण्यासाठी, आपले धर्मविषयक आकलन एका विशिष्ट पद्धतीने उलगडून दाखविल्यावर; कालांतराने त्या धर्मसंस्थापकाचे ते विचार, त्या समजुती, ते आकलन अक्षरबद्ध होऊन ज्याप्रकारे अन्य धर्मग्रंथांची निर्मिती झाली, त्या प्रकारे 'रामायण' आणि 'महाभारत', हे धर्मग्रंथ निर्माण झाले नाहीत. हे दोन्ही ग्रंथ तत्कालीन व्यक्तिसमूहांभोवती रचले गेले असले, तरीही त्यांतील व्यक्ती तेवढ्या काळापुरत्या, केवळ तत्कालीन उरत नाहीत. ह्या ग्रंथांतील त्याकाळचा समाज, त्यांतील समस्या, त्यांतील पात्रे, घटनाक्रम हे सारे ठरावीक समाजांच्या संदर्भात, एका विशिष्ट भूभागात घडत असले तरी ते कोणत्याही काळात, कोणत्याही समाजाला, कोणत्याही प्रदेशाला तेवढ्याच यथार्थपणे लागू पडते. म्हणूनच, गांधीजींचे वरील कथन थोड्या अधिक व्यापकपणे मांडायचे, तर असे म्हणता येईल, की ज्या कोणाला 'माणूस' नामक गोष्ट समजून घ्यायची असेल त्या प्रत्येक सुजाण व्यक्तीने हे दोन्ही ग्रंथ अवश्य वाचले पाहिजेत.

ह्या दोनही ग्रंथांची व्याप्ती एवढी विशाल आहे, त्यांच्या इतक्या वेगवेगळ्या आवृत्त्या उपलब्ध आहेत, की त्यांपैकी मौलिक कोणते आणि प्रक्षिप्त अथवा नंतर वेळोवेळी घुसवलेले कोणते ह्यासंबंधांत अनेक मतमतांतरे आहेत. 'महाभारत' त्रिस्तरीय असण्यासंबंधांत जवळपास एकमत आहे; परंतु ह्या तीन स्तरांतदेखील

काही गोष्टी पहिल्या स्तरातून दुसऱ्यात, दुसऱ्यातून तिसऱ्यात आणि तेथून पुन्हा पहिल्यात अशा मागे-पुढे होत राहतात. ह्या सर्व व्यापांतून मुळातले नेमके तथ्य शोधून काढण्यासाठी पुण्याच्या भांडारकर ओरिएंटल इन्स्टिट्यूटने चाळीस वर्षांच्या अविरत प्रयत्नांनंतर 'महाभारता'ची एक अधिकृत आवृत्ती तयार केली आहे. त्याप्रमाणेच, बडोद्याच्या महाराजा सयाजीराव युनिव्हर्सिटीने सतत चोवीस वर्षे संशोधन आणि अभ्यास करून 'रामायणा'ची अधिकृत आवृत्ती उपलब्ध करून दिली आहे.

असे असले तरी, ह्याच दोन आवृत्त्या अंतिम म्हणून स्वीकारल्या गेल्या आणि ह्यांखेरीज इतर तमाम आवृत्त्या विस्मृतीच्या गर्तेत जाऊन पडल्या, असे झाले नाही. विद्वान, बुद्धिमंत, अतिबुद्धिमंत ह्या सगळ्यांच्याद्वारे ह्या दोन्ही ग्रंथांतील असंख्य पात्रे आणि प्रसंग जाणून घेण्याचे प्रयत्न अजूनही अखंडपणे सुरू आहेत, ह्यापुढेही सुरूच राहतील. ह्या दोन ग्रंथांत प्रतिपादन केलेली प्रत्येक गोष्ट पूर्णतया, शंभर टक्के सत्य मानणारे, सर्वसामान्यपणे बुद्धीला सहजासहजी न पटणाऱ्या गोष्टीदेखील अतीव श्रद्धेने, संपूर्णपणे स्वीकारणारे भक्तगण आहेत. (उदाहरणार्थ, श्रीकृष्णाला सोळा सहस्र एकशे आठ पत्नी होत्या आणि एक लाख ऐंशी हजार पुत्र होते.)

ह्याउलट, समोर स्पष्टपणे दिसणारी अक्षरे साध्या डोळ्यांनी वाचणे अशक्य असल्यामुळे की काय, जणू दुर्बिणीच्या साहाय्याने ही पुस्तके वाचून काही विद्वानांनी त्यातून असामान्य असे अजब अर्थ शोधून काढले आहेत! (उदाहरणार्थ, युधिष्ठिर हा कुंतीचा विदुराशी असलेल्या संबंधांतून जन्मलेला पुत्र आहे असे एका विदुषीने लिहिले आहे. आपल्या निष्कर्षाच्या समर्थनार्थ ती विदुषी म्हणते : हस्तिनापुरात असताना कुंती बहुतांश काळ विदुराच्या निवासस्थानीच असे; त्याखेरीज, व्यासांनी स्वतःच एके ठिकाणी म्हटले आहे की, माझ्याद्वारे जो धर्म विदुराच्या ठायी उत्पन्न झाला तोच धर्म विदुराने युधिष्ठिराच्या ठायी विस्तारला आहे.)

'रामायणा'च्या बाबतीतही असेच घडले आहे. रामाच्या पुनरागमनाची शुभवार्ता हनुमानाने नंदिग्रामात भरताला दिली असता अत्यंत प्रसन्न होऊन भरताने हनुमानाला जे उपहार दिले त्यांत सोळा स्त्रियांचाही समावेश होता, असे वाल्मीकींनी लिहून ठेवले आहे त्याअर्थी हनुमान ब्रह्मचारी नव्हताच. हा निष्कर्ष पुरेसा नव्हता म्हणून की काय, एक विद्वान त्यात आणखी भर घालून म्हणतात, 'मुंबईच्या वडाळा भागातील हनुमानाची गर्भवती स्त्रिया पूजा करतात, हे त्याचेच सूचक उदाहरण आहे.'

जे पात्रांच्या आणि प्रसंगांच्या बाबतीत तेच भूगोलाच्या बाबतीत! सिलोन ऊर्फ श्रीलंका ही रावणाची राजधानी होती असे अगदी काल-परवापर्यंत मान्य झालेले असताना, आता मध्य प्रदेशातील कुठलेसे गाव म्हणजेच 'रामायणा'तील लंका

असे मांडणारे संशोधन पुढे आले आहे. अगदी अलीकडेच, ओरिसामधील एक गाव हीच रावणाची लंका म्हटल्याचेही वाचनात आले आहे. श्रीकृष्णाची मूळ द्वारका कोणती ह्याविषयीच्या वादाला तर अंतच नाही. त्याचप्रमाणे, कुरुक्षेत्राच्या ज्या मैदानात कृष्णाने अर्जुनाला गीतोपदेश केला ते नेमके स्थळ शोधून देण्यासाठी हरियाणा सरकारने जाहीर केलेले बक्षीस आजतागायत कोणीही मिळवले नाही.

'महाभारत' असे काही घडलेच नव्हते; कोण्या नगण्य कलहाची ती निव्वळ एक कविकल्पना आहे, असे मानणाऱ्या पाश्चिमात्य विद्वानांपैकी वेबर आणि लॉसन हे दोघे जण मुख्य आहेत. 'महाभारत' हे एक महान काव्य असल्याचे दोघांना निश्चितच मान्य आहे; परंतु इतिहास म्हणून ते 'महाभारता'ला पार वजा करून टाकतात. पाश्चिमात्य प्रजेपुढे 'महाभारत' आणि 'रामायण' सादर करताना होमरच्या 'इलिअड'चे आणि 'ओडिसी'चे उदाहरण दिले जाते. ते चुकीचे नसले तरी, गिरनारकडे बोट दाखवून हिमालय समजावून देण्याइतके कठीण काम आहे, असे म्हणण्यात होमरला अथवा त्याच्या कृतींना कमी लेखण्याचा मुद्दा नसून हिमालयाचे दिव्यत्व आणि अपार सौंदर्य झाकोळले जाण्याचा मुद्दा आहे. गिरनारचे आपले असे एक गूढ आहे तर हिमालयाकडे स्वतःची निर्विवाद भव्यता आहे. अखिल विश्वसाहित्यात 'रामायण' आणि 'महाभारत' हे अतुलनीय ग्रंथ आहेत. इतर कोणत्याही ग्रंथांशी त्यांची तुलना होऊ शकत नाही.

'रामायण' आणि 'महाभारत' यांविषयी एवढी प्रस्तावना करून झाल्यावर आता आपल्याला अभिप्रेत असलेल्या मूळ मुद्द्यावर येऊ या. यापुढील सर्व लिखाण श्रीकृष्णाबद्दलच असणार आहे. त्यामुळे साहजिकच त्या लेखनाच्या केंद्रस्थानी 'महाभारत' असणार हे ओघानेच आले. अर्थात, व्यासांनी 'महाभारत' लिहिले ते कृष्णाची कथा सांगण्यासाठी नव्हे. 'महाभारता'तल्या अनेक पात्रांपैकी कृष्ण हे केवळ एक पात्र आहे. विशेष म्हणजे द्रौपदी स्वयंवरापर्यंत तर 'महाभारता'त कृष्णाचे दर्शनसुद्धा घडत नाही. कृष्णावर आजवर शेकडो लेखकांनी शेकडो ग्रंथ लिहिले आहेत, तरीदेखील कृष्णासंबंधी संपूर्णपणे, सगळे काही लिहून झाले आहे, असे कोणी कधीच म्हणू शकणार नाही. यापुढील शेकडो वर्षे शेकडो लेखक शेकडो ग्रंथ लिहीत राहिले तरी हा विषय संपणार नाही.

काही वर्षांपूर्वी, हिमालयाची यात्रा करत असताना बारा हजार फूट उंचावर एक साधू भेटले होते. त्यांनी हिमालयाची खूप छान ओळख करून दिली होती. ते म्हणाले होते, की हिमालय माणसाचे गर्वहरण करत असतो. मोठ्या प्रयासाने पाच हजार फूट चढून जावे, तो समोरच आणखी एक उंच शिखर तुमची वाट बघत असते. ते सर करून दहा हजार फुटांवर विजय मिळवल्याच्या आनंदात तुम्ही असता तोच समोर दहा हजार फूट उंचीचे आणखी एक शिखर तुमच्या पुढे उभे

ठाकलेले दिसते आणि, 'अजून आपण पायथ्याशीच आहोत,' असे तुम्हाला वाटू लागते. त्या साधूने हिमालयाबद्दल जे म्हटले होते, ते 'महाभारता'लाही अक्षरशः लागू पडते ...कृष्णाला तर खासच!

सुमारे चार दशकांपूर्वी ज्यांनी प्रथमच मला श्रीकृष्णाचा परिचय घडवला त्या नानाभाई भट्टांचा मी अत्यंत आभारी आहे. तीनएक वर्षांपूर्वी एका कादंबरीची पूर्वतयारी करत असता, चाळीस वर्षांपूर्वी 'महाभारता'शी झालेला परिचय असा काही दृढ होत गेला, की त्यानंतर कृष्णविषयक जे जे साहित्य उपलब्ध असेल ते ते, जिथून मिळेल तिथून मी मिळवत गेलो. मी जसजसे त्याकडे बघत गेलो, त्यावर विचार करू लागलो, त्यातूनच जे माझ्या मनाचा ठाव घेत गेले ते सगळेच्या सगळे 'loud thinking' स्वरूपात मी येथे शब्दबद्ध केले आहे. ह्याला 'संशोधन' म्हटले जाऊ नये वा 'मौलिक अर्थनिष्पत्ती', 'विद्वत्ता' अशा जड शब्दांत ह्याचे वर्णन होऊ नये. हे केवळ एक दर्शन आहे... नव्याने केलेले कृष्णदर्शन. कृष्णाचे हे दर्शन मला घडले आहे, त्या कृष्णदर्शनात सहभागी होण्याचे सुहृदांना हे निमंत्रण आहे.

ऋग्वेद संहितेत 'कृष्ण' ह्या नावाचा उल्लेख आढळतो, परंतु त्या ठिकाणी ते एका असुर राजाचे नाव आहे. बौद्ध आणि जैन धर्मग्रंथांमध्ये कृष्णाची अगदी वेगळीच ओळख आहे. आपण इथे ज्या कृष्णाचे दर्शन घेणार आहोत, तो मात्र मुख्यत्वे 'महाभारत', 'हरिवंश' आणि 'श्रीमद् भागवत' यांतला आहे; तसेच 'विष्णुपुराण' तथा 'ब्रह्मवैवर्तपुराण' ह्यांबरोबरच अंशतः 'पद्मपुराण' किंवा 'वायुपुराण' यांसारख्या काही पुराणांतलासुद्धा आहे. मला घडलेले हे दर्शनदेखील समग्र आणि संपूर्ण आहे, असे निश्चितच म्हणता येणार नाही. लिखाणामागची लेखकाची दृष्टी सर्वसमावेशक नसण्याची शक्यता असते, कधी वैयक्तिक आवडीनिवडीने प्रेरितही असू शकते. कधी कधी मुळातच लेखकाच्या दृष्टीला स्वाभाविक मर्यादा असण्याची शक्यता असते.

'श्रीकृष्ण ...डार्लिंग ऑफ ह्यूमॅनिटी' नामक एका पुस्तकात त्या पुस्तकाचे लेखक श्री. एस. पी. अय्यर ह्यांनी एक छान गोष्ट नमूद केली आहे.

एका अतिबुद्धिमान विद्वानाला कृष्णाच्या अस्तित्वाविषयीच शंका होती. आपली शंका त्याने एका संतासमोर व्यक्त करत म्हटले,

"मला वाटतं, कृष्ण ही केवळ एक कल्पना मात्र आहे. प्रत्यक्ष असा कोणी अस्तित्वात नव्हताच."

"असं? एक सांगा, तुम्ही स्वतः अस्तित्वात आहात का? तुम्हाला अस्तित्व आहे?" संताने प्रश्न विचारला.

"निश्चित!" त्याने मोठ्या आत्मविश्वासाने उत्तर दिले.

"तुम्हाला किती जण ओळखतात?"

"कमीत कमी पाच हजार तर नक्कीच! मी प्रोफेसर आहे, विद्वान आहे, शिवाय लेखक आहे..."

"असं का? असू दे, असू दे. तर आता असं सांगा, कृष्णाला किती जण ओळखतात?"

"अं, कोट्यवधी, कदाचित अब्जावधीही असतील," त्याने चाचरत म्हटले.

"आणि, किती वर्षांपासून?"

"नाही म्हटलं तरी ह्या कथेला तीनेक हजार वर्षे होऊन गेली आहेत."

"तर मग आता मला सांगा, की चाळीस वर्षांच्या तुमच्या आयुष्यात जी पाच हजार माणसं तुम्हाला ओळखतात असं तुम्ही म्हणता, त्यांतले किती जण तुमची पूजा करतात?"

"पूजा? कसली पूजा? माझी पूजा कोणीच करत नाही."

"आणि तीन हजार वर्षं होऊन गेल्यावरही कोट्यवधी माणसं अजून कृष्णाची पूजा करतात. आता तुम्हीच ठरवा, अस्तित्व कोणाचं आहे, तुमचं की कृष्णाचं?"

ज्याच्या केवळ स्मरणाने अस्तित्वाविषयीचा अहंकारसुद्धा विरून जातो अशा कृष्णदर्शनाचे विवेचन ह्यानंतर!!

◆

राजाविहीन यादव

कृष्णजन्माच्या काळातल्या आर्यावर्तावर एक धावती नजर टाकू या. एव्हाना सप्तसिंधू ओलांडून, गंगा-यमुनेच्या सुपीक प्रदेशात आर्यांचा विस्तार होऊन चुकला होता. 'रामायणा'चा काळ 'महाभारतकाळा'च्या आधीचा आहे हे खरे, परंतु 'रामायण'कालीन आर्य तेव्हा विंध्य पर्वत ओलांडून दक्षिणेकडे पसरले होते ही गोष्ट सर्वमान्य आहे; ह्याउलट, 'महाभारता'चा काळ 'रामायणा'नंतरचा असूनही ह्याकाळातली पात्रे दक्षिणेत कुठेही गेल्याचा विश्वसनीय उल्लेख आढळत नाही. सिंधू नदीच्या पश्चिमेला पसरलेल्या 'सिंध'चा आर्यावर्ताच्या तत्कालीन इतिहासात विशेष नोंद घेण्याइतका वाटा दिसत नाही. 'रामायणात दक्षिणेचा म्हणून जो उल्लेख आहे, तो विश्वसनीय नाही, आणि 'लंका' म्हणजे 'सिलोन' नसून मध्य प्रदेशातले एक गाव आहे,' ह्या समजुतीच्या मुळाशी, 'रामायणा'नंतर दीर्घ कालावधीनंतरच्या 'महाभारता'तील पात्रे ह्या दक्षिण प्रदेशाच्या बाबतीत अनभिज्ञ होती हे मुख्य कारण आहे. ह्यातली तर्कसंगती विचारात घेतल्यावाचून चालणार नाही. पांडव वनवास-काळात, अर्जुन तीर्थाटनादरम्यान, किंवा कृष्ण वेळोवेळी आपल्या अपूर्व भूमिका पार पडत असताना, कधीही दक्षिणेकडील कोणत्याही ठिकाणी गेले नाहीत. त्यामुळे, हा आर्यावर्त म्हणजे विंध्य पर्वताच्या उत्तरेकडील भूभाग... पश्चिमेकडे द्वारका, पूर्वेला 'प्राग्ज्योतिषपूर' म्हणजेच आजचा 'आसाम' आणि उत्तरेला सिंधू नदीचा भोवताल -ह्यात हिमालयाचा समावेश अर्थातच होतो- होय. 'गांधार' म्हणजे आजचा 'अफगाणिस्तान' हा त्या काळीही परदेशच होता आणि सिंधचे राज्य हे 'गांधार' आणि 'आर्यावर्त ' ह्यांमधील आजच्या भाषेत 'बफर स्टेट' असावे.

ह्या 'आर्यावर्ता' त पसरलेल्या आर्यांच्या टोळ्यांनी आपापल्या भूभागाच्या सीमा आखून घेतल्या होत्या. आपापल्या सामर्थ्याच्या आणि शक्तीच्या जोरावर त्या

त्या राज्यांचे राजे सिंहासनाधिष्ठित झाले होते. गणतंत्र आणि वडीलधाऱ्यांच्या सल्ल्यानुसार चालणारे शासन ह्या गोष्टी भूतकाळात जमा झाल्या होत्या. हस्तिनापूर, मगध, चेदी, प्राग्ज्योतिषपूर, कलिंग इत्यादी अनेक राज्ये उदयाला आली होती, परंतु त्यांच्यात साम्राज्यवादाची कल्पना अद्यापही घट्ट रुजली नव्हती. एखादा समर्थ राजा आपल्या शेजारच्या राज्याला पराजित करण्यात स्वतःचा गौरव मानत असे, पण ते केवळ आपले आधिपत्य मान्य करवून घेण्याच्या अहंकाराचे समाधान करण्यापुरते असे. दुसऱ्याचे राज्य खालसा करून तेवढी भूमी गिळंकृत करणे, हा पराक्रम नसून ते एक निंद्य कृत्य आहे असेच मानले जात होते. तो अधर्म होता आणि अक्षम्य गुन्हा होता. तिरस्करणीय होता. तरीही, साम्राज्यवादी मनोवृत्तीचा उदय होणे, हेही मनुष्यस्वभावाला धरून होते. स्वसामर्थ्याच्या बळावर प्राप्त करून घेतलेल्या गोष्टीचा उपभोग न घेता, तत्कालीन नीतिनियमांच्या बंधनांपायी ती त्यागावी लागणे, हे समर्थ व्यक्तीला अर्थातच रुचण्याजोगे नव्हते. त्यामुळेच, हा काळ साम्राज्यवादी शक्तींचा उगमकाल होता, असे म्हणता येईल. मगधनरेश 'जरासंध' हे त्याचे उत्तम उदाहरण आहे.

कुरुक्षेत्रावरील महायुद्धाअंती महर्षी वेदव्यासांनी विजेत्या राजा युधिष्ठिराला जे म्हटले होते ते ह्यासंदर्भात लक्षात घेण्यासारखे आहे. व्यास म्हणतात, ''हे युधिष्ठिरा, ह्या युद्धात मारल्या गेलेल्या राजांच्या राण्यांचे सांत्वन करण्यासाठी तुझे दूत पाठव. त्यांच्या पुत्रांना राज्याभिषेक कर. पुत्र नसल्यास आणि राणी गर्भवती असल्यास, राज्यकारभार सुरळीत चालण्यासाठी योग्य व्यक्तीची नेमणूक करून त्या राज्याची काळजी घे.'' (शांतिपर्व : अध्याय ३४, श्लोक ३१-३३).

अशाप्रकारे, एकीकडे स्थिरावलेली राज्ये होती आणि दुसरीकडे उदयोन्मुख साम्राज्यवादी राज्ये होती... आर्यांच्या आगमनकाळातल्या गणतंत्र राज्यांच्या उज्ज्वल संकल्पनेची जपणूक करत असलेले, त्यासाठी लढा देणारे यादव ह्या दोहोंच्या मध्ये होते. 'मथुरा' हे ह्या यादवांचे राज्य होते. 'मथुरे'चा इतिहास इक्ष्वाकू वंशाच्या राजा रामचंद्रांचा धाकटा भाऊ शत्रुघ्न ह्याच्याशीसुद्धा जोडला गेला आहे. शत्रुघ्नानी मथुरा जिंकून घेतली होती आणि इक्ष्वाकू वंशीयांना तेथे वसवले होते,असा उल्लेख सापडतो.

यादवांचे गणतंत्र राज्य म्हणजे, गणतंत्र राज्यांच्या इतिहासातला शेवटचा अवशेष म्हटले पाहिजे; कारण कृष्णानंतर सर्वत्र राजा असण्याचीच परंपरा पाळली गेली आहे. यादव राजाविहीन होते, यादवांना राजाच नव्हता हे शिशुपालाने 'राजसूय यज्ञा'च्या वेळी कृष्णपूजेचा विरोध करताना बोलून दाखवले आहे. तो म्हणतो, ''यादवांना जर राजाच नाही तर मग कृष्णाला राजा कसे म्हणता येईल? राजाच नसलेल्या कृष्णाला 'राजा' म्हणून अर्घ्य देता येणार नाही.''

यादवांना राजा नसल्याची एक कथाही आहे. असुरकन्या राजकुमारी 'शर्मिष्ठा' आणि ब्राह्मण शुक्राचार्यांची कन्या 'देवयानी' ह्या दोघी पत्नींसह संसारसुख भोगणाऱ्या 'ययाति'ला शुक्राचार्यांच्या शापामुळे अकाली वृद्धत्व आले. 'ययाति'चा देह वृद्ध झाला असला तरी मन अद्यापि वृद्ध झाले नव्हते. त्याच्यावर कृपा करत शुक्राचार्यांनी शाप-निवारणाचा उपाय सुचवत म्हटले, की तुझा एखादा पुत्र तुझे वृद्धत्व स्वीकारण्यास तयार असेल तर त्याबदल्यात तुला तुझे तारुण्य परत मिळू शकेल.

त्यानुसार, विषयोपभोगाच्या लालसेने, सर्व लज्जा त्यागून 'ययाति'ने आपला पुत्र 'यदू' ह्याला म्हटले, "पुत्रा माझे वार्धक्य तू घे आणि तुझे तारुण्य मला दे." पित्याची ही विक्षिप्त मागणी 'यदू'ने मान्य केली नाही. त्यामुळे रागावलेल्या पित्याने पुत्राला शाप दिला, "तुझे वारस राजाविहीनच राहतील." ह्या 'यदू'चे पुत्र म्हणजेच यादव आणि म्हणूनच ते राजाविहीन राहिले, म्हणूनच यादवांना राजा नव्हता.

अर्थात, गणतंत्र अथवा प्रजासत्ताक म्हणजे परिपूर्ण राज्यपद्धती नव्हेच. गणतंत्रालादेखील त्याच्या अश्या काही मर्यादा आहेत. ह्या मर्यादा हेच सर्वसत्ताधारी राजेशाहीचे आणि त्यातूनच विकसलेल्या साम्राज्यवादाचे उगमस्थान आहे. आधुनिक काळात जर्मनीमध्ये हिटलरचा विकास प्रजातंत्राद्वारेच झाला होता, हे ध्यानात ठेवायला हवे. हजारो वर्षांपूर्वी मथुरेच्या प्रजातंत्रात उगम पावलेल्या कंसाबरोबरच हा तत्कालीन इतिहाससुद्धा आठवावा असा आहे.

यादव वंशातील वृष्णी, भोजक, अंधक इत्यादी विविध कुळांत पूजनीय मानले गेलेले उग्रसेन, वसुदेव, अक्रूर ...वगैरे ज्येष्ठ-वरिष्ठांना हतवीर्य, हतबल आणि भयचकित करून उग्रसेन-पुत्र कंसाने मथुरेचे प्रजातंत्र नष्ट करून टाकले. साक्षात पिता उग्रसेनाला कारागृहात बंदी केले, वसुदेवालाही कारागृहात डांबले. काळाची चिन्हे ओळखून अक्रूर कंसाला मिळाला. आजच्या काळातही, ज्या ज्या वेळी प्रजातंत्र सर्वसत्ताधीशांची पाळीव गाय बनून राहते, त्या त्यावेळी त्यातले कोणी ना कोणी ज्येष्ठ-वरिष्ठ सत्ताधीशांच्या कळपात शिरून फळे चाखताना दृष्टीस पडतात. अक्रूराला त्यांचा पूर्वज म्हटले पाहिजे.

प्रश्न असा, की कंसाने असे का केले असावे?

प्रत्यक्ष आपला पिता उग्रसेन आणि समग्र यादव कूळ ह्यांच्या विरोधात इतका उग्र प्रकोप असण्याचे कारण काय? एकूण प्रजातंत्रच हतबल का झाले? लाख मोलाच्या ह्या प्रश्नाचे जे उत्तर सापडते, त्याचे मूल्य आजच्या वर्तमानाच्या संदर्भातही कमी झालेले नाही.

◆

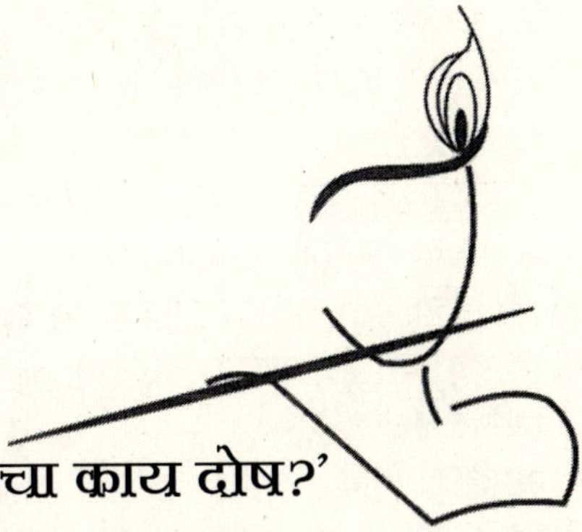

'त्यात ह्या स्त्रीचा काय दोष?'

'हरिवंशा'तील विष्णुपर्वात महर्षी व्यासांनी कंसाची जन्मकथा खुद्द कंसाच्याच तोंडी घातली आहे. कंसाला त्याच्या जन्माची ही कथा नारदाने सांगितली आहे. मथुरेत कृष्णाचे आगमन होऊन चुकले आहे. मल्लयुद्धाची आणि कुवलयापीड हत्तीची ह्या दोन्ही घटना अजून घडायच्या आहेत. जे दैवी धनुष्य केंद्रस्थानी ठेवून 'धनुर्यागयज्ञा'चे आयोजन करण्यात आले होते ते प्रचंड धनुष्य कृष्णाने कंसाच्या शस्त्रागारातच तोडून टाकल्याची घटना घडून गेली आहे. दुसऱ्या दिवशीच्या समारंभासाठी रंगमंच उभारण्याच्या कामाचे निरीक्षण करत असताना कंसाला आपली जन्मकथा आठवते.

ती कथा अशी...

कंसाच्या जन्माच्या आधी त्याची माता म्हणजेच वरिष्ठ यादव उग्रसेनाची पत्नी एकदा वनविहाराला गेली होती. सुयामुन नावाच्या पर्वतावरील रमणीय प्रदेशात आपल्या सख्यांसह विहार करत असताना, तेथील मोहक निसर्गाने तिच्याठायी कामेच्छा निर्माण केली. (या समयी ती रजस्वला होती असेही विधान व्यासांनी केले आहे.) योगायोगाने, नेमक्या त्याचवेळी सौरभनगरीचा राजा 'दुर्मिल' त्या वनात विहाराला आला होता. 'दुर्मिला'ने उग्रसेनाच्या ह्या रूपवती पत्नीला दुरूनच पाहिले आणि पाहताक्षणीच तिच्या प्राप्तीच्या इच्छेने तो विव्हल झाला. आपल्याला सिद्ध असलेल्या अंतर्ज्ञान शक्तीने त्याने वायूचे ध्यान करून, ती उग्रसेनाची पत्नी असल्याचे माहीत करून घेतले. त्यानंतर त्याने योगशक्तीद्वारे उग्रसेनाचे रूप धारण केले आणि तिचा उपभोग घेतला. हा आपला पतीच आहे, असे समजून त्या कामातुर स्त्रीने आपला देह 'दुर्मिला'च्या स्वाधीन केला; परंतु समागमसमयी 'दुर्मिला'च्या वर्तनाने शंकित झालेल्या त्या स्त्रीला, हा आपला पती नसल्याचे

ओळखू आले. अत्यंत भयभीत होऊन 'दुर्मिला'चा धिक्कार करत तिने ताड्कन म्हटले, "अधम कृत्य करणाऱ्या नीचा, तू माझा पती नाहीस. तू कोण आहेस ते सांग."

एवढे झाल्यावर 'दुर्मिला'ने आपले खरे रूप प्रगट केले आणि तो म्हणाला, "ह्यापूर्वीसुद्धा अनेक स्त्रियांना विवाहेतर संबंधांतून महापराक्रमी पुत्र प्राप्त झाले आहेत. तुलाही माझ्यापासून असाच पराक्रमी पुत्र प्राप्त होईल. 'कस्य त्वम्' (कोण तू?) असा प्रश्न तू विचारला आहेस, तर आता तुझ्या पोटी अवतरणारा पुत्र 'कंस' ह्या नावाने प्रख्यात होईल."

कंसजन्माची ही कथा 'रामायण'कालीन अहल्या-इंद्राच्या कथेशी बऱ्याच प्रमाणात मिळतीजुळती आहे, हे स्पष्टच आहे. आता ह्या कथेच्या अनुषंगाने काही गोष्टी विचारात घेऊ या.

उग्रसेनाची पत्नी विहारासाठी एकटी तर गेली नव्हतीच. त्याअर्थी उग्रसेनधारी 'दुर्मिला'ने तिच्याशी केलेले वर्तन लपून राहिले असण्याची शक्यता नाही. ही स्त्री भ्रष्ट होऊन चुकली आहे, ही बाब उग्रसेनासहित सर्व यादवांना समजली आहे; अशा परिस्थितीत जन्मलेल्या कंसाचे उग्रसेनाचा ज्येष्ठ पुत्र म्हणून स्वागत न व्हावे, ही सहज समजण्याजोगी गोष्ट आहे.

अशाप्रकारे, कंस इतर यादवांसमवेतच वाढत असला तरी अन्य यादवांकडून त्याला एखाद्या अस्पृश्यासारखी वागणूक मिळत असण्याची शक्यता आहे. तो उग्रसेनाच्या धर्मपत्नीच्या पोटी जन्माला आला असला तरी त्याच्या शरीरात यादवांचे रक्त वाहत नाही, हे वास्तव कोणीही विसरू शकत नव्हते. वास्तवाच्या ह्या ओझ्याखाली खुद्द त्याची माता-उग्रसेनाची पत्नी-हिचीसुद्धा यादवांनी उपेक्षा केली असेल तर ते स्वाभाविक आहे. स्वतःचा कोणताही अपराध नसताना 'भ्रष्टा' म्हणवून घेत समाजात जगावे लागणे, हे कोणाही स्त्रीच्या बाबतीत अत्यंत कठीण कर्म आहे. कंसाची माता यादवांच्या दृष्टीने भ्रष्टा ठरल्यामुळे तिच्या आत्मसन्मानावर आघात झाला होता. पतीकडून, समाजाकडून उपेक्षित स्त्री म्हणूनच तिला आपले उर्वरित आयुष्य कंठावे लागले असेल.

असे, संपूर्ण यादव-समाजात एका उपेक्षित स्त्रीचा 'अस्पृश्य पुत्र' म्हणून कंसाने जे अनुभवले असेल, जे भोगले असेल त्यांतूनच उग्रसेनासहित समस्त यादवांबद्दल कंसाचे मन कडवटपणाने अगदी ओतप्रोत भरले असेल तर ते स्वाभाविक आहे. अशावेळी नारदाने त्याच्या जन्माची कथा त्याला सांगितल्यावर तर 'मी यादव नाही,' हा विचार त्याच्या मनात ठसला. त्याने स्पष्टपणे बोलून टाकले, "मी यादव नाही. समग्र यादवांचा मी त्याग करत आहे."

कंस समर्थ होता. शक्तिशाली होता. आपला काहीच दोष नसताना यादवांनी

आपल्याशी आणि आपल्या मातेशी असा दुर्व्यवहार करावा, हे त्याला डाचत होते. ती त्याची व्यथा होती. पूर्णपणे बलशाली झाल्यावर, योग्य समय येताच त्याने वैर साधले. यादवांनी त्याच्याशी केलेला व्यवहारदेखील अघटित म्हणता येणार नाही. तत्कालीन सामाजिक नीतिनियमांचा त्यांना विसर न पडावा, त्यांकडे त्यांनी दुर्लक्ष न करावे हेही स्वाभाविक होते. उग्रसेनाच्या ह्या पत्नीला अथवा तिच्या पुत्राला त्यांनी मोठ्या प्रेमाने, सन्मानाने आपलेसे केले नसले, तरी त्यांनी ह्या दोघांचा कधी तिरस्कारही केला नव्हता; परंतु कंसाच्या दृष्टीने एवढे पुरेसे नव्हते.

एखाद्या निरपराधी स्त्रीवर ज्या वेळी तत्कालीन समाज सहजच 'भ्रष्टा' असा शिक्का मारतो त्या वेळी खरेतर तो समाजच अपराधी ठरतो. ह्या अपराधातून मुक्त होण्यासाठी त्या समाजाला फार मोठी किंमत द्यावी लागते. एका निरपराधी स्त्रीची भ्रष्टा म्हणून उपेक्षा करण्यामुळे यादव कुळांना गणतंत्र-व्यवस्थेचा बळी द्यावा लागला असे म्हणावे लागेल. कंसाने गणतंत्र नष्ट केले. उग्रसेनासहित कित्येक ज्येष्ठ यादवांना कारागृहात डांबले. यादवांवर सर्वसत्ताधारी, जुलमी शासन लादले.

अनेक वर्षांनंतर कृष्णाने 'प्राग्ज्योतिषपूर'च्या भौमासुर राजाला मारून, त्याच्या अंतःपुरात कैद्यांसारख्या अवस्थेत राहणाऱ्या सोळा हजार स्त्रियांना मुक्त केले, ह्या घटनेशी ह्या कथानकाची सांगड घालता येईल. एक यादव स्त्री निरपराध असूनही भ्रष्टा ठरली, परिणामतः यादवांचे प्रजातंत्र नष्ट झाले. खरेतर, एकसंध असलेले यादव ह्या घटनेनंतर एकमेकांना मनोमन दुरावले होते. अक्रूराने नकळत कंसाचा पक्ष घेतला, पण यादव हे कधी विसरले नाहीत. 'यादवस्थळी' येथे 'यादवी' झाली, महाविनाश घडला त्या वेळी यादवांनी आपापसात केलेल्या दोषारोपांमध्ये ह्या गोष्टीचा उल्लेख केला गेला आहे.

भौमासुराच्या अंतःपुरात खितपत पडलेल्या सोळा सहस्र स्त्रियांना त्या काळाच्या समाजाने कसे स्वीकारले असते? ह्या सर्व स्त्रियांना कृष्णाने सामाजिक दर्जा मिळवून दिला-इतका उच्च दर्जा, की कोणीही त्यावर आक्षेप घेऊ शकणार नाही! उग्रसेनाच्या पत्नीची, केवळ एका स्त्रीची उपेक्षा करण्याने जर एवढी मोठी शिक्षा भोगावी लागत असेल, तर सोळा सहस्र स्त्रियांमुळे - कोणताही सामाजिक दर्जा प्राप्त नसलेल्या ह्या इतक्या स्त्रियांमुळे समाजाला केवढी जबर शिक्षा भोगावी लागली असती! ह्या संभाव्य विनाशातून कृष्णाने तत्कालीन समाजाला वाचवले आहे. मात्र, ह्या स्त्रियांना कृष्णाने केवळ दर्जा प्राप्त करवून दिला आहे. त्यांच्याशी पत्नीसारखा व्यवहार केला असे म्हणणे हे निव्वळ सवंग आणि हास्यास्पद आहे. अर्थात, भौमासुराच्या घटनेत शंभर टक्के ऐतिहासिक तथ्य आहे, असे म्हणता येणार नाही.

या क्षणी, वर्तमानकाळातील एक छोटीशी गोष्ट आठवते. १९४७ साली

झालेल्या फाळणीनंतर पळवून नेलेल्या स्त्रियांचे पुनर्वसन करण्याच्या भगीरथ प्रयत्नांत कविवर्य टागोरांचे सहकारी गुरुदयाळ मल्लिक ह्यांचाही वाटा होता. 'दिल की बात' ह्या स्वलिखित पुस्तकात त्यांनी हे अनुभव कथन केले आहेत. मल्लिकजींनी अशाच एका अपहृत स्त्रीला पाकिस्तानातून सोडवून आणले. तिला दिल्लीतील तिच्या कुटुंबीयांकडे घेऊन गेले, परंतु त्या अभागिनीला स्वीकारण्यास तिच्याच कुटुंबीयांनी नकार दिला. 'ही भ्रष्ट झाली आहे, त्यामुळे आता हिला आमच्या कुटुंबात स्थान उरले नाही,' असे म्हणून त्यांनी तिला घरातही घेतले नाही. मल्लिकजी म्हणतात, "एका स्त्री-संस्थेत रात्रभरापुरती राहून दुसऱ्या दिवशी त्या स्त्रीने यमुनेत उडी घेऊन आत्महत्त्या केली." ही घटना लिहून आपला आक्रोश व्यक्त करत मल्लिकजी पुढे म्हणतात,

"अल्लाह! ऐसे समाज को तो
तबाह ही कर दे!"

◆

कृष्णाच्या जीवनातील कारुण्य

कृष्णाचा जन्मच मुळी झाला कारागृहात. पहिला श्वास घेतला तो बंदी-अवस्थेत. देह-विलय झाला तोही एका अज्ञात स्थळी, एकाकी अवस्थेत, एका पारध्याच्या हातून. वनचर समजून त्या पारध्याने सोडलेला बाण प्राणघातक ठरला. कृष्णाचा पार्थिव देह अंत्यसंस्कारांच्या प्रतीक्षेत त्या जागी किती काळ पडून राहिला होता त्याविषयी निश्चित गणनापूर्वक सांगणे शक्य नसले तरी, द्वारकेहून निरोप घेऊन हस्तिनापूरला गेलेला सारथी दारुक, अर्जुनासह तेथून परत आल्यावर, अर्जुनाच्या हातूनच कृष्णाच्या पार्थिवावर अंतिम संस्कार झाले. एका युगपुरुषाचा अंत हा असा झाला!

जन्म आणि देहोत्सर्ग दोन्ही, कारुण्याची जणू परमसीमा आहेत. ह्या दोन्ही परमोच्च सीमांच्या दरम्यान गेलेली वर्षेसुद्धा काही कमी करुण नाहीत. कृष्णाच्या जीवनातील कारुण्य खरोखरच आलेखायला हवे. जन्म होताच मातेच्या वक्षाला बिलगण्याचा प्रत्येक नवजात अर्भकाचा अधिकार असतो. ह्या सहज अधिकाराला कृष्ण पारखा झाला. जन्मदात्या पित्याचे बोट धरून पावले टाकण्याचा आनंद त्याला कधीच घेता आला नाही. यशोदा आणि नंद ह्या पालनकर्त्यांनी त्याला सख्ख्या माता-पित्याप्रमाणे लाडाकोडाने वाढवले हे खरे, तरीही शैशव काळातील त्याची हरपलेली ठेव तेवढ्याने दृष्टीआड करता येणार नाही. संपूर्ण बालपण कंसाने पाठवलेल्या मारेकऱ्यांच्या भयाच्या सावटाखाली गेले. अनेक वेळा साक्षात मृत्यूशी गाठ पडली, पण त्यातून तो सुखरूपपणे बचावला. जेमतेम चौदा वर्षांचा असताना त्याने कंसाचा वध करून मथुरा मुक्त केली, तरी त्या मुक्त मथुरेत तो वास करू शकला नाही. ज्या यादवांची कृष्णाने कंसाच्या जुलमी शासनातून सुटका केली त्याच यादवांनी त्याला म्हटले, ‘‘जरासंधाच्या आक्रमणापासून मथुरेला वाचवण्यासाठी

हे कृष्णा, तू येथून निघून जा!''

किती करुण क्षण आहे हा!

जरासंधाचे सैन्य तेहतीस अक्षौहिणी* होते असा 'भागवता'त उल्लेख आहे. कुरुक्षेत्रावरील महायुद्धात दोन्हीकडचे मिळून अठरा अक्षौहिणी सैन्य जमले होते, हे लक्षात घेतले पाहिजे. जरासंधाच्या एवढ्या विराट सैन्याला तोंड देणे हे मथुरेच्या दृष्टीने अत्यंत कठीण कर्म होते. जरासंधाचे वैर कृष्णाशी होते, मथुरेशी नव्हते; कारण त्याच्या जावयाच्या म्हणजे कंसाच्या वधाला समग्र यादवकुळ नव्हे, तर एकटा कृष्ण कारणीभूत होता. कृष्णाने ज्यांची सुटका केली त्या यादवांनीच कृष्णाला बजावले, ''मथुरा महान आहे, अवघे यादवकुळ महान आहे. एक व्यक्ती म्हणून कृष्णाचे स्थान यांपेक्षा गौण आहे. कृष्णा तूच येथून निघून जा.''

...आणि कृष्णाने मथुरा सोडली.

शांतिपर्वात वेदव्यासांनी कृष्णाच्या तोंडून एक सूचक गोष्ट वदवली आहे. कृष्ण नारदाला म्हणतो, ''नारदा, अरे माझ्या परिवारातल्या सर्वांना मी आपल्या ऐश्वर्याचा अर्धा वाटा देत असलो तरी ते मला कटूवचने ऐकवतात. मला अगदी एकाकी असल्यासारखे वाटते.''

स्वजनांच्या, आप्तजनांच्या उपेक्षेची केवढी मोठी व्यथा कृष्णाने कित्येक वर्षे अंतरात दडपून ठेवली असेल! वेगवेगळ्या विद्वानांनी आणि संशोधकांनी विविध संदर्भ लक्षात घेऊन, कृष्णाचे एकूण आयुष्य सुमारे १२५ वर्षांचे असावे असे अनुमान व्यक्त केले आहे.

कृष्णाचा जन्म होताच त्याचा पिता वसुदेव लोखंडी कारागृहातून, इतर कोणालाही कळू न देता त्याला मथुरेहून गोकुळात घेऊन गेला ही गोष्ट सहजासहजी पटण्यासारखी नाही. कृष्णाचे अलौकिकत्व एकदा मान्यच करून टाकले, तर मग वादाला अवकाश उरत नाही; परंतु सर्वसाधारणतः जर कृष्णाच्या आयुष्याचे निरीक्षण आणि परीक्षण करू गेलो तर हा मुद्दा महत्त्वाचा ठरतो. कारागृहातून वसुदेव कसा काय बाहेर पडू शकला आणि केवळ रात्रभरात, मथुरेहून चालत चालत गोकुळात पोहोचून पुन्हा मथुरेला परत कसा येऊ शकला हा प्रश्न, मथुरा आणि गोकुळ यांतील आजचे अंतर ज्यांना माहीत आहे, त्यांच्या मनात हे आल्यावाचून राहणार नाही.

चमत्काराचा भाग बाजूला ठेवून सुद्धा ह्या कोड्याचा उलगडा होऊ शकतो. कंसाचे शासन यादवांना मान्य नव्हतेच. 'वसुदेवाचा भावी पुत्र कंसाचा वध करून

---

* महाभारतानुसार-२१,८७० रथ, २१,८७० हत्ती, ६५,६१० घोडेस्वार व १,०९,३५० पायी चालणारे सैनिक.

यादवांची मुक्तता करेल,' ही दैवीवाणी सर्व यादवांना माहीत होती. उघडपणे कोणी कंसाला विरोध करू शकत नसले, तरी आपल्या नवजात पुत्राला एखाद्या सुरक्षित ठिकाणी पोहोचवण्याचा धोका पत्करायला निघालेल्या वसुदेवाला गुपचूप मदत करायला, कारागृहावर पहारा देणाऱ्या सैनिकांसकट सगळे तयार झाले असतील, हे शक्य आहे. औरंगजेबाच्या कडक पहाऱ्यातून शिवाजी महाराज निसटू शकतात, ब्रिटिशांच्या तुरुंगातून सुभाषचंद्र बोस निसटू शकतात, तर कंसाच्या कारागृहातून वसुदेवाला काही काळ बाहेर पडू देण्याची तजवीज होऊ शकते-झालीही असेल- हे बुद्धीला पटण्यासारखे आहे.

मथुरा ते गोकुळ आज मोटार-रस्ता आहे. नदीमार्गे त्या काळी तेवढे अंतर चार-पाच किलोमीटरपेक्षा अधिक नसेल. रात्रीच्या वेळी काही तासांत ते अंतर कापणे ही घटना अगदीच असंभव म्हणता येणार नाही.

कंसवधानंतर कृष्णाने मथुरेचा त्याग केला ही घटनादेखील विचारात घ्यावी अशी आहे. जरासंधाचे पहिले आक्रमण यादवांनी परतवून लावले होते. ('जरासंधाने मथुरेवर अठरावेळा स्वारी केली,' ह्या म्हणण्यात भरपूर अतिशयोक्ती असू शकते.) दुसरे आक्रमण थोपवायला कृष्ण तयार नव्हता असेही नाही आणि तरीही यादव कृष्णाला मथुरा सोडून निघून जायला सांगतात. (ह्यांत कृष्णाचा पिता वसुदेव याचाही समावेश आहे. गणतंत्र आणि स्वभूमी ह्या दोन्ही गोष्टी व्यक्तीपेक्षा अधिक मोठ्या आणि महान असतात ह्या सिद्धान्तांचे प्रतिपादन वसुदेवाने आपल्या पुत्राचे मोल देऊन केलेले दिसते.)

जरासंधाचे दुसरे आक्रमण त्याने एकट्याने केलेले नाही. ह्या वेळी त्याने कालयवनाला साथीला घेतले आहे. कालयवनाचे वास्तव्य सिंधू नदीच्या पश्चिमेला आहे. तो सिंधचा स्वामी आहे आणि आर्यावर्ताच्या इतिहासात सिंधचा भूभाग तत्कालीन आर्यावर्ताच्या सीमेबाहेर असावा. ('शत्रुघ्नाने रामाच्या आज्ञेनुसार सिंधू नदीच्या पलीकडील प्रदेशावर आपले आधिपत्य स्थापन केले आणि त्या भूमीवर आपला पुत्र 'तक्ष' याच्या नावाने 'तक्षशिला' नामक नगरी वसवली), असा 'उत्तर रामायणा'त उल्लेख आहे. ह्यावरून, सिंधूपलीकडील पश्चिमेचा प्रदेश त्या काळातील आर्यावर्ताच्या सीमेपासून दूर असावा, असे वाटते.

जरासंधाचा म्हणजेच मागधांचा आणि यादवांचा संघर्ष हा आर्यावर्ताचा अंतर्गत प्रश्न होता. त्यात एखाद्या परदेशी सत्तेने हस्तक्षेप करावा, हे कृष्णाच्या आर्यदृष्टीला रुचले नसावे, हे तर्कसंगत आहे. मागधांशी नंतर कधीतरी दोन हात करता येतील, परंतु एकदा का आर्यावर्ताच्या सीमेच्या आत कोणा परकीयाला दखलगिरी करू दिली तर त्याचे दूरगामी परिणाम चांगले होणार नाहीत, असे त्याला वाटले असावे. विसाव्या शतकात ब्रिटिशांविरुद्ध गांधीजींचे हेच धोरण होते- 'हिंदू आणि मुसलमान,

आमचे आम्ही आपसात बघून घेऊ, तुम्ही येथून आपले चंबूगबाळे आवरा.' त्यांच्या ह्या धोरणाचे मूळ कृष्णाच्या मथुरात्यागाच्या निर्णयात असण्याची शक्यता आहे. कृष्णाची विचारधारा राजकारण्याची नसून राजनीतिज्ञाची आहे, हे लक्षात घेतले पाहिजे.

वसुदेव आपल्या पुत्राला यादवांच्या गुप्त सहकार्यामुळेच कारागृहातून सुरक्षित स्थळी पोहोचवू शकला, तसाच कृष्णाने कंसाचा वधही कदाचित, यादवांच्या छुप्या मदतीच्या आधारे केला असेल असे वाटल्यावाचून राहत नाही. चौदा वर्षांचा कुमारवयीन बालक कंसासारख्या सामर्थ्यवान, प्रतापी, प्रचंड पुरुषाला त्याच्याच सभेत केवळ केसांना धरून मारून टाकतो- आणि तरीही त्या सभेतील कोणीच काहीच बोलत किंवा करत नाही ही गोष्ट उघडच, अलौकिक आहे. अर्थात, कंसवधाची कथा 'भागवता'त आणि 'हरिवंशा'त आहे. 'महाभारता'त ह्या कथेचा कुठेही उल्लेखसुद्धा नाही. ह्या घटनेला ऐतिहासिक महत्त्व कदाचित कमी असावे; कारण 'महाभारता'तील सभापर्वात स्वतः कृष्ण युधिष्ठिराला कंसवधाबद्दल असे सांगतो, 'कंसाच्या जुलमांमुळे त्रस्त झालेल्या ज्ञातिजनांना मुक्त करण्यासाठी मी बलरामाच्या मदतीने कंसाचा नाश केला.' इथे एवढाच उल्लेख आहे.

ह्याच सभापर्वात शिशुपाल कृष्णाला उद्देशून जे अनेक अपशब्द बोलतो, त्यांत त्याने कृष्णाच्या चारित्र्यावर कलंक लावत म्हटले आहे, "ह्या कृष्णाने ज्याचे अन्न खाल्ले, त्याचाच नाश केला." कंसवधाच्या आदल्याच दिवशी संध्याकाळी कृष्ण प्रथमच गोकुळ सोडून मथुरेला आला होता. असे असता 'कृष्णाने कंसाचे अन्न खाल्ले,' हे कसे काय म्हणता येईल? शिशुपालाचा वध करण्याआधी कृष्णाने त्याच्या आक्षेपांना दिलेल्या उत्तरांत ह्या एका आक्षेपाचा इन्कार करण्यासाठी काहीच म्हटलेले नाही.

असे असेल तर, 'कृष्ण प्रथमपासूनच मथुरेत राहत होता,' असा निष्कर्ष काढता येईल काय?

हादेखील एक प्रश्नच आहे.

...उत्तर शोधावे असा!!

◆

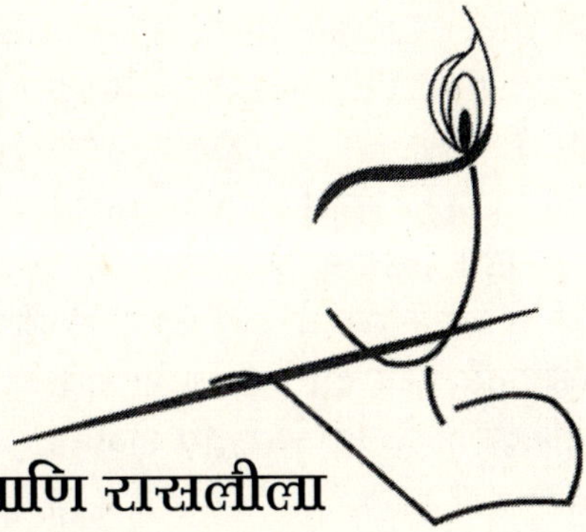

राधा आणि रासलीला

कृष्णाच्या 'बाळलीला' म्हणजे हमखास नजरेत भरणारी गोष्ट आहे. दुसऱ्या कोणाही युगप्रवर्तक महापुरुषाच्या अथवा धर्मपुरुषाच्या 'बाळलीला' इतक्या विविधांगी नाहीत आणि सविस्तर वर्णिल्याही गेल्या नाहीत. कृष्णाच्या 'बाळलीला' मनोहर आहेत, रोमांचक आहेत हे खरे, पण त्यातील ऐतिहासिकता, आज त्या ज्या रूपात आपल्यासमोर आहेत त्या रूपात जशीच्या तशी स्वीकारण्याजोगी नाही. त्या भक्तिपूर्वक मान्य करायच्या म्हटल्या, तर त्यांतील ऐतिहासिकता गौण ठरते; परंतु साधारणतः बुद्धीच्या तार्किक तराजूत तोलून ह्या 'बाळलीलां'चे काही पैलू समजून घ्यायचा प्रयत्न केल्यास त्यांतील सूचितार्थ सापडण्यासारखे आहेत.

ऐतिहासिकता हा शब्द नास्तिकता अथवा अस्वीकृती ह्या अर्थाने घ्यायची गरज नाही. कृष्णाच्या 'बाळलीला' आज ज्या स्वरूपात प्रचलित आहेत त्याच स्वरूपात व्यासांसारख्या महामनीषीला अभिप्रेत असतील, असे मानणे हे व्यासांची प्रतिभा तसेच मेधा ह्यांचे आकलन नसल्याचे लक्षण आहे.

'महाभारता'त ह्या 'बाळलीलां'बद्दल एक अक्षरही नाही. द्रौपदी-वस्त्रहरणाच्यावेळी असहाय द्रौपदीने कृष्णाचा धावा करतेवेळी वापरलेल्या संबोधनांत 'गोपीजनप्रिय' असे एक संबोधन आहे. एवढा एकमात्र उल्लेख आहे. यांव्यतिरिक्त 'महाभारता'त गोपींचा उल्लेख कोठेही नाही. राजसूय यज्ञाच्यावेळी शिशुपाल कृष्णाची नाना कृत्ये आठवून देत त्याची अनेक प्रकारे निंदा करतो त्यावेळीही कृष्णाचा गोपींशी संबंध असल्याविषयी चकार शब्द काढत नाही. ह्या प्रसंगी, कृष्णाला शिवीगाळ करण्यास शिशुपालाने यत्किंचितही मागेपुढे पाहिले नाही; तरीसुद्धा त्याने गोपींबद्दल अजिबात काही म्हटले नाही.

'विष्णुपुराण' आणि 'हरिवंश' हे दोन्ही ग्रंथ 'महाभारता'नंतर रचले गेले असले

तरी त्यांची रचना नेमकी कधी झाली, याबद्दल अनेक मतमतांतरे आहेत. त्यांपैकी, कालिदासकृत 'मेघदूता'त, आकाशात विहरणाऱ्या मेघांची मोरपिसांनी शोभणाऱ्या गोपवेषधारी विष्णूशी केलेली तुलना महत्त्वाची आहे. गोपवेषधारी विष्णू म्हणजे फक्त कृष्ण आणि विष्णूच्या ह्या रूपाचे वर्णन 'हरिवंश' किंवा 'विष्णुपुराणा'तच सर्वप्रथम सापडते. ह्याचाच अर्थ असा, की हे दोन ग्रंथ कालिदासाच्या आधी प्रचलित होते. इसवी सनपूर्व दुसरे शतक ते थेट इसवीसनाचे चौथे शतक ह्या दरम्यान केव्हातरी कालिदास होऊन गेला असे मानले जाते. त्यावरून, 'हरिवंश' आणि 'विष्णुपुराण' हे ग्रंथ जवळपास दोन हजार वर्षांइतके प्राचीन आहेत, असे निश्चितच म्हणता येईल.

'विष्णुपुराणा'तील गोपीभाव अगदी निरागस आहे. ह्यात दैहिक संबंधांची बाब कुठेही नाही. ह्या सर्व गोपकन्या जवळपास किशोरवयीनच असाव्यात. 'विष्णुपुराणा'च्या पाचव्या भागातील १३व्या अध्यायात रासलीलेचे वर्णन आहे. कृष्णाच्या बासरीचे सूर ऐकताच ह्या किशोरी उतावळ्या होऊन, आपापले घर सोडून धावत येतात. काही गोपी बासरीच्या लयीत गाऊ लागतात तर काही मंत्रमुग्ध होऊन कृष्णाला न्याहाळत राहतात. कोणी कृष्णाचे नाव घेताच लाजतात आणि काही जणी घराबाहेर पडत असताना वडीलधाऱ्यांच्या नजरेला पडल्यामुळे पुन्हा घरात परत जातात. ह्याहून अधिक विलासी वर्णन यात नाही.

'हरिवंशा'च्या विष्णुपर्व-२०व्या अध्यायातील रासलीलांच्या वर्णनातल्या गोपी चंचल नेत्रकटाक्ष टाकतात, आपल्या उन्नत वक्षाशी कृष्णाला कवटाळून धरतात. एवढ्या उल्लेखांनी रासलीलेतील विलासांची इतिश्री होते; परंतु एवढ्यापुरता तरी दैहिक संबंधांचा आणि स्पर्शसुखाचा इथे शिरकाव झाला आहे.

'भागवत' मात्र ह्याच्या बरेच पुढे जाते. निसटत्या विलासाचा 'भागवतात' चांगलाच विस्तार झाला आहे. दशमस्कंधाच्या 'रासपंचाध्यायी'मधील स्त्रिया पतीलाच काय, पुत्रांनादेखील सोडून आल्या आहेत. कृष्ण ह्या स्त्रियांना आलिंगन देतो, त्यांच्या मांड्यांना स्पर्श करतो, त्यांच्या घागऱ्याची नाडी ओढतो, त्यांचे स्तन ओढून, नखाग्रांनी टोचून त्यांची कामभावना उद्दीपित करतो, अशी वर्णनेही आहेत. कृष्ण दिसेनासा झाल्यावर, 'तुझे चरणकमल आमच्या स्तनांवर ठेवून आमचा कामज्वर दूर कर,' अशा प्रकारची स्तुतिपर प्रार्थना गोपींनी केली आहे.

'ब्रह्मवैवर्त'पुराणाने तर विलासितेची परिसीमाच गाठली आहे. आजकालच्या एखाद्या अगदी सवंग कादंबरीतल्या पळून जाणाऱ्या आणि जारकर्म करणाऱ्या स्त्री-पुरुषांच्या आदिम संबंधांच्या वर्णनाचे टोक गाठण्यापर्यंत ह्या पुराणाची मजल गेली आहे. हे पुराण पार दहाव्या शतकात रचले गेले असावे, असे अनुमान आहे. ह्यात गोपींशी असलेले कृष्णाचे संबंध विलासितेची हद्द ओलांडून अश्लीलतेपर्यंत

ताणण्यात आले आहेत, असे वाटल्यावाचून राहत नाही. गंमत म्हणजे, कृष्णाच्या मूर्तीसोबत वामांगी म्हणून कृष्णाच्या डाव्या बाजूला जिची स्थापना करून पूजा केली जाते त्या राधेचा नामोल्लेख सर्वप्रथम ह्या 'ब्रह्मवैवर्त'पुराणातच झाला आहे. ह्याआधी राधेच्या नावाचा स्पष्ट उल्लेखही मिळत नाही. सर्वांत शेवटी आलेली राधा आज मात्र सर्वांत पुढे गेलेली दिसते! आजमितीला कृष्णाच्या सर्वाधिक निकट राधाच आहे.

राधा समजून घेण्यासाठी निरनिराळे अर्थ लावण्यात आले आहेत ते मोठे गमतीदार आहेत. राधा ही नंदाचा मेहुणा रायन याची म्हणजे कृष्णाच्या मामाची मुलगी होती आणि वयाने कृष्णापेक्षा बरीच मोठी होती, असे सामान्यतः मानले जाते; परंतु राधेचे अस्तित्व केवळ रूपकात्मक मानून वेगळ्या पद्धतीने सुद्धा मांडले गेले आहे. ते मुख्यत्वे कृष्णाच्या रासलीलेशी संबंधित आहे. इथे रासमंडळ म्हणजे राशिमंडळ असा अर्थ लावला आहे आणि राशी म्हणजे नक्षत्रे. एकूण सत्तावीस नक्षत्रांच्या मधोमध असलेले नक्षत्र विशाखा. कृत्तिका नक्षत्रापासून मोजणी सुरू होते आणि चौदावे नक्षत्र म्हणजे विशाखा. विशाखेचेच आणखी एक नाव 'राधा' असेही आहे. ह्या हिशेबाने, राधा राशिमंडळाच्या म्हणजे कृष्णाच्या रासमंडळाच्या मध्यभागी येते. मात्र, खगोलीय सिद्धान्ताशी तुलना करून राधेची संकल्पना समजून घेण्याचा हा प्रयास म्हणजे केवळ एक 'बौद्धिक चमत्कृती' आहे असेच वाटते.

सर्वस्वाने कृष्णाची आराधना करणारी ती राधा-असाही एक अर्थ काढला जातो. ह्यात 'राधा' म्हणजे कोणी एक व्यक्तिविशेष नव्हे तर गुणविशेष समजला गेला आहे. 'आराधना' शब्दातूनच 'राधा' शब्दाची उत्पत्ती झाली असावी असा सूर यातून निघतो. 'भागवता'च्या दशमस्कंधातल्या 'रामपंचाध्यायी'मध्ये, 'रासलीले'च्यावेळी कृष्ण गोपींना दिसेनासा झाला, गोपी विव्हल होऊन त्याला शोधू लागल्या, त्या वेळी धुळीत उमटलेल्या कृष्णाच्या पावलांसोबत अन्य कोण्या स्त्रीची पाऊले उमटलेली गोपींना दिसली,' असा उल्लेख आहे. सर्वच्या सर्व गोपींना तिथेच सोडून ज्या एका स्त्रीसोबत कृष्ण निघून गेला ती 'राधा'च असणार, असे अनुमान ह्यातून निघते हे खरे, परंतु शेवटी ते निव्वळ अनुमानच आहे, त्यात नेमकी स्पष्टता आढळत नाही.

जे असेल ते असो. आज मात्र राधेविना कृष्णाची आपण कल्पनाही करू शकत नाही. कृष्णमय होऊन जाण्याची राधेची क्षमता हेवा वाटावी अशीच आहे. समर्पण आणि तन्मयता ह्यांचे सर्वोच्च शिखर म्हणजे राधा. राधा जशी असेल तशी असो, पण तिच्यावाचून आता आपले चालण्यासारखे नाही. राधा हा आता आपला आदर्श आहे- कृष्णप्राप्तीचा आदर्श. ज्या कोण्या लेखणीने, वा वाणीने राधेला ह्या शिखरावर विराजमान केले आहे त्या लेखणीला, त्या वाणीला आपले शतशः

प्रणाम घेण्याचा अधिकार आहे. आपल्याला राधेचा परिचय घडला नसता तर आपल्यात जो उणेपणा राहिला असता त्याची प्रचिती, आपल्याला राधेविना कृष्णाचे दर्शन घ्यावे लागले तरच येईल.

'राधा' आणि 'गोपी' ह्यांच्याशी असलेले कृष्णाचे नाते जरा वेगळ्या, पण त्या युगातील तत्कालीन भूमिकेतून समजून घेण्याचा प्रयत्न करू या.

व्रजभूमीच्या गोपालांवर मथुरेच्या सर्वसत्ताधीश कंसाचे वर्चस्व होते. त्या काळाचे ते मागणे होते. परिश्रम व्रजभूमीच्या गोपालांचे, गायी व्रजभूमीच्या, तथापि दूधदुभत्यावर अधिकार कंसाचा. ह्यात न्याय कुठे आहे? ह्यातला अन्याय कृष्णांच्या नजरेने टिपला. त्या अन्यायाचा विरोध करण्यासाठी गोपालांना त्याने तयार केले. व्रजभूमीची समृद्धी, व्रजभूमीच्या गोपालांच्या निढळाच्या घामाचे फळ व्रजभूमीलाच मिळाले पाहिजे, जो कोणतेही कष्ट करत नाही त्याला इतरांच्या कष्टाचे फळ हिसकावून घेण्याचा मुळीच अधिकार नाही, हे त्याने गोपालांना समजावून दिले. होणारे परिणाम भोगायला त्यांना तयार केले. कृष्णाने व्रजभूमीत जणू वैचारिक क्रांतीचे बीजच पेरले!

...परंतु हे बीज पूर्णत्वाने अंकुरण्यासाठी, तरारून वर येण्यासाठी व्रजभूमीच्या निम्म्या वस्तीला म्हणजेच तिथल्या स्त्रियांनाही मानसिकरीत्या तयार करण्याची गरज होती. स्त्रियांच्या सहभागाविना क्रांतीचे यश हे केवळ स्वप्नच ठरले असते. (स्वातंत्र्यसंग्रामात गांधीजींनी स्त्रियांना अग्रस्थान दिले होते, त्याची येथे आठवण होते.) आपल्या ह्या उद्देशाने, स्त्रियांच्या समूहापर्यंत पोहोचण्यासाठी कृष्णाने रासलीला हे एक निमित्त शोधून काढले असावे, हा विचार खरोखरच चित्ताकर्षक आहे. राधा वा अन्य कोणीही व्रजकन्या हा भार पेलायला पुढे आली तर ती कृष्णाच्या अधिक निकट यावी हे स्वाभाविक आहे.

रासलीला म्हणजे कृष्णाने स्त्री -जागृतीसाठी टाकलेले एक पाऊल होते, असेही अनुमान काढता येईल.

◆

कालियानागाचा फणा - तेव्हा आणि आजही!

'महाभारता'त श्रीकृष्णाच्या 'बाललीलां'चे वर्णन करणारे एक अक्षरही सापडत नाही, पण 'हरिवंशा'च्या 'विष्णुपुराणा'तील काही अध्यायांत त्या 'बाललीलां'चे वर्णन आहे. 'श्रीमद् भागवता'त त्या अधिक विस्तारपूर्वक दिसतात. किंबहुना, कृष्णाच्या 'बाललीला' हा 'भागवता'चा पायाच आहे, असे म्हणायला हरकत नाही. वेगवेगळ्या चिंतकांनी, विचारवंतांनी, मनीषींनी भिन्नभिन्न दृष्टिकोनांतून त्या समजून घेण्याचा आणि समजावून देण्याचा प्रयत्न केला आहे. त्यांतील चमत्कारांतून सूचित होणारे निरनिराळे अर्थ आणि संकेत ह्यांविषयीसुद्धा बरेच चर्चिले गेले आहे. त्यांचे वेगवेगळे अर्थ लावले गेले आहेत. कृष्णाच्या सगळ्या 'बाललीला' योगाशी जोडायचा प्रयत्नदेखील झाला आहे. ह्या अध्यायाने सर्वसामान्य लोकांना 'भागवता'ची अवीट गोडी लावली; त्याचवेळी मोठमोठ्या विद्वानांची कसोटीही पाहिली आहे. पुढील श्लोक हे त्याचे सुंदर उदाहरण आहे-

धनंजये हारकसम्परीक्षा, महारणे शस्त्रधृतां परीक्षा ।
विपत्तिकाले गृहिणी-परीक्षा, विद्यावतां भागवते परीक्षा ॥

सोन्याची कसोटी ज्याप्रमाणे अग्निमध्ये (तापल्यावर) होते, शस्त्रधारीची परीक्षा रणात होते, गृहिणीची परीक्षा संकटकाळी होते, त्याप्रमाणे विद्वानांची पारख, ते 'भागवत' वाचून, समजू-समजावू शकतात तेव्हाच होते.

कृष्णाच्या 'बाललीलां'पैकी रासलीला, कालियामर्दन आणि गोवर्धन पर्वत उचलून धरणे, ह्या घटना इतर घटनांपेक्षा जरा वेगळ्या आहेत. पूतनावध, धेनुकासुर, प्रलंबदैत्य, अघासुर, तृणावर्त इत्यादींचा नाश, ह्या घटना म्हणजे कृष्णाने स्वसंरक्षणासाठी

केलेली कृत्ये आहेत. कृष्णाचा मृत्यू घडवून आणण्यासाठी कंसाने केलेल्या प्रयत्नांचे ते प्रत्युत्तर आहे. ह्या सगळ्यांपेक्षा रासलीला अगदीच भिन्न आहे, हे आपण ह्याआधी पाहिलेच आहे. कालियामर्दन आणि गोवर्धन पर्वत धारण करणे, हे प्रसंग म्हणजे कृष्णाने आपणहून ओढवून घेतलेलं संकट होते असे म्हणता येईल. कालिया नाग काही कृष्णाचा शत्रू नव्हता. आपला चेंडू आणण्यासाठी कृष्ण डोहात शिरला आणि तिथे त्याचा कालिया नागाशी सामना झाला, अशी गोष्ट मुळात कोठेच नाही. चेंडू वगैरे जे आपण म्हणतो, ते नरसी मेहतांच्या भूपाळ्यांमुळे!

आपल्या मित्रांसोबत खेळत असताना कृष्णाचा चेंडू डोहात जातो आणि तो आणण्यासाठी कृष्ण डोहात उडी टाकतो. गाढ झोपी गेलेल्या नागराजाला जागे करण्यासाठी, नागपत्नी त्याचे 'चरण संवाहन करून, मिश्या पिळून' (मिशा पिळून पतीला जागे करता येते, ही कल्पना दाद देण्याजोगी आहे!) प्रयत्न करतात आणि शेवटी हार मानून त्या नागपत्नी विलाप करू लागतात, हे सारे भजनात म्हणण्यापुरते ठीक आहे. अशा प्रकारच्या भजनांमध्ये तर, बाळकृष्णाच्या हत्येचे पाप घडू नये, म्हणून त्या नागस्त्रिया कृष्णाला सव्वालाख किमतीच्या हाराची लालूचसुद्धा दाखवतात!

'हरिवंशा'त किंवा 'भागवता'त मुळात चेंडूची गोष्टच नाही. 'कालियामर्दन' करण्यासाठी कदंब वृक्षाच्या फांदीवरून कृष्णाने स्वतः आपणहून डोहात उडी टाकली, अशी कथा ह्या दोन्ही ग्रंथांमध्ये आहे. कृष्णाशी सामना करून पराजित झालेल्या कालियाच्या पत्नी कृष्णाची स्तुती करतात, हा प्रसंगदेखील 'हरिवंशा'त नाही, 'भागवता'त ही स्तुती आहे. कृष्णाने डोहामध्ये उडी टाकण्यामागचे कारण मात्र दोन्ही ग्रंथांत समान आहे. कालियानागाने यमुनेचे पाणी विषारी करून टाकले होते. त्या जलराशीचा कोणीच उपयोग करू शकत नव्हते. यमुनेचा वाहता प्रवाह असा एके जागी अडून राहावा, ज्यांच्यासाठी इतकी मोठी जलराशी निर्मिली गेली आहे त्या तिच्या काठी राहणाऱ्यांनाच तिचा उपयोग करता येऊ नये, अशी परिस्थिती कालियानागाने निर्माण करून ठेवली होती. ही गोष्ट सहन करण्यापलीकडची होती.

कृष्णाने कालिया नागावर मिळवलेला विजय वरील संदर्भात समजून घेण्याचा, त्याचे मूल्यमापन करण्याचा प्रयत्न करू या.

'जलसमृद्धी' हे निसर्गाचे एक देणे आहे. त्या नैसर्गिक देण्यावर त्याच्या काठी वसणाऱ्या सगळ्यांचा समान अधिकार असतो. आजही, गंगा अथवा सिंधू ह्या नद्यांचे उगमस्थान जरी भारतीय प्रदेशात असले तरी त्या पाण्याची वाटणी भारत-पाकिस्तान-बांगलादेश ह्या देशांत सामंजस्याने होत आहे. युरोपातल्या कित्येक नद्या अनेक देशांच्या सीमा पार करत वाहत आहेत. त्या सर्व देशांच्या प्रजेत ह्या पाण्याची वाटणी केली जाते. कोणी त्या जलसंपदेला आपली खासगी मिळकत

समजून उपभोगू लागला तर त्यांतून विनाशकारी समस्या उद्‌भवू शकतात. देशा-देशातील किंवा राज्या-राज्यातील सीमा केवळ नकाशावर असतात, प्रत्यक्ष धरतीवर आखलेल्या नसतात आणि नद्या काही नकाशे पाहून वाहत नाहीत. नद्या आपले मार्ग आधीच ठरवतात, नकाशे त्यानंतर बनतात.

कालिया नाग म्हणजे, नरसी मेहता म्हणतात तसा, 'सहस्त्र फेणो फूंफवे जाणे गाजे हाथियो-' सहस्त्र फण्यांचा सर्प असणे हा चमत्कारच म्हटला पाहिजे. 'भागवता'तही त्याला सर्पच म्हटले आहे. 'हरिवंशा'त त्याला पाच मुखे असलेला म्हटले आहे, पाच फण्यांचा म्हटले नाही. हे एकदा मान्य केले आणि कालियानाग म्हणजे नाग-जातीचा एखादा सामर्थ्यशाली सरदार असावा असे समजले तर ह्या प्रसंगाचा मानवी पैलू मोठा आकर्षक होतो. 'नाग-जाती'चे उल्लेख 'महाभारता'त जागोजागी सापडतात. अर्जुनाने नागकन्या उलुपीशी विवाह केला होता, हे ह्या ठिकाणी लक्षात घेण्यासारखे आहे. कालियानागही ह्या जातीतला कोणी शक्तिशाली सरदार असावा आणि जलराशीच्या प्राकृतिक उपभोगाच्या देवदत्त सिद्धान्ताविरुद्ध त्याने यमुनेच्या एखाद्या उपप्रवाहाला आपली वैयक्तिक संपत्ती समजून इतरांना तिचा वापर करण्यास प्रतिबंध केला असावा, असे अनुमान अधिक आकर्षक आणि तर्कसंगत वाटते. पण, कृष्णाने हे का म्हणून चालवून घ्यावे? 'कसेल त्याची जमीन' असे आपण आज म्हणतो, तद्वत 'पिईल त्याचे पाणी,' असे कृष्णाने त्या काळी म्हटले असेल असा अर्थ काढणे खूप स्वाभाविक वाटते. कोणी एक 'कालिया नाग' आपला फणा उभारून जलसंपदा बळकावून बसू शकत नाही; मग ती जलराशी यमुनेची असो वा नर्मदेची!

कालियाला पराजित केल्यावर कृष्ण त्याला यमुनेचा प्रवाह सोडून समुद्रात निघून जायला सांगतो. त्या सूचनेनुसार कालिया यमुनेच्या पाण्यावरचा आपला बळकावलेला हक्क सोडून देतो. अर्थात त्याच्याकडे दुसरा काही पर्याय नव्हताच. तो पराजित होता. विजेत्याकडून त्याला जीवदान मिळाले, हेच खूप झाले!

कालियानागाबद्दल - किंवा एकूणच नागजातीबद्दल - कृष्णाच्या मनात नकळतच एक प्रकारची नावड वा नाराजी दडलेली असावी हे दाखवणारा एक प्रसंग, पुढे जाता आपल्या निदर्शनास येतो. खांडव-वनात नागजातीचा वास होता. हे खांडव-वन युधिष्ठिराच्या नव्याने वसवलेल्या 'इंद्रप्रस्थ' ह्या राजधानीच्या निकट, वेशीजवळ होते. राजधानीच्या सीमेला लगटून, भोवताली एखादे घनदाट अरण्य असेल तर त्यात शत्रू अगदी निर्भयपणे राहू शकतो आणि युद्धासारख्या कठीण प्रसंगी धोकादायक ठरू शकतो, असा तर्क लढवून, खांडव-वन नष्ट करण्याची गरज वाटली असण्याची शक्यता आहे. भविष्यकाळात इंद्रप्रस्थाचा अधिक विकास करण्याच्या दृष्टीने सपाट भूमीची अधिक गरज भासली असती. त्यासाठीसुद्धा

खांडव वन नष्ट करणे अनिवार्य होते. ह्या ठळक गरजा लक्षात घेऊन, कृष्णाच्या प्रेरणेने, अर्जुनाने खांडव-वन जाळले आणि तिथे वसती करून राहिलेले हजारो नाग-जन त्या आगीत होरपळून मृत्यू पावले अशी कथा आहे. जे नाग-जन युद्ध वगैरे काही न करता त्या वनात राहत होते त्यांना ह्या प्रकारे प्रचंड अग्निमध्ये जाळून मारणे हे धर्माला अनुसरून होते, की नव्हते ह्याचा तर्कशुद्ध बचाव आजतागायत होऊ शकलेला नाही. कृष्णाच्या बालमानसावर कालियानागाच्या वर्तनाचा त्या वेळी जो ठसा उमटला असेल त्याचा परिणाम ह्या हत्याकांडाच्या मुळाशी असण्याची शक्यता आहे.

◆

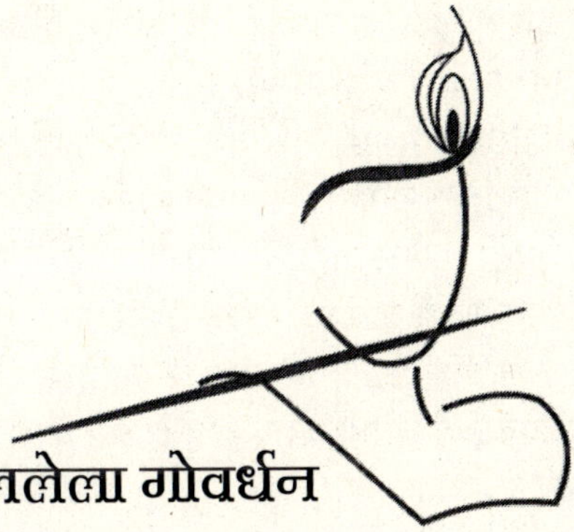

करंगळीवर तोललेला गोवर्धन

एका हाताच्या करंगळीच्या टोकावर अवघा पर्वत तोलून धरणाऱ्या कृष्णाचे चित्र किती लोभस आहे! असंख्य वेळा आपण ते पाहिले आहे; तरीसुद्धा आजही ते चित्र पाहताना, पाहणारा एका अद्‌भुत सृष्टीत हरवून जातो. आज व्रजभूमीमध्ये ज्याला 'गोवर्धन पर्वत' असे म्हणतात तो मध्यम आकाराच्या एखाद्या टेकडीपेक्षा विशेष अधिक काही नाही, पण 'हरिवंशा'त मात्र 'पाच कोस विस्तारलेला' असे त्याचे वर्णन आहे. (एक कोस म्हणजे दीड मैल.) 'महाभारता'त शिशुपाल ह्याच गोवर्धन पर्वताला 'मुंग्यांच्या वारुळासारखा' नगण्य म्हणतो. गोवर्धन उचलून धरण्याच्या कृष्णाच्या कार्याची हेटाळणी करण्यासाठीच तो असे म्हणत असल्याने त्याच्या बोलण्यातली अल्पोक्ती समजण्यासारखी आहे.

इंद्राच्या प्रकोपापासून गोधनासहित व्रजवासी जनांना वाचवण्यासाठी कृष्णाने आपल्या करंगळीने गोवर्धन पर्वत उचलला आणि त्याच्याखाली रिकाम्या झालेल्या जागेच्या आश्रयाने ते सगळे सात दिवस तिथे राहिले, अशी कथा आहे. इंद्राचा कोप व्हायला कारणही कृष्णानेच पुरवले आहे. वर्षा ऋतू संपता संपता, शरद ऋतूच्या प्रारंभी ही घटना घडली ह्याबद्दल 'भागवत' आणि 'हरिवंश' दोन्हीत एकवाक्यता आहे. 'विष्णुपुराणा'त मात्र ह्या घटनेच्या नेमक्या काळाविषयी वेगवेगळे उल्लेख सापडतात. शरद ऋतूच्या आगमनकाळात ही घटना घडली असे अंश ५, १०व्या अध्यायाच्या १६ व्या श्लोकात म्हटले आहे, पण २४ व्या श्लोकात- 'पावसाळ्याच्या प्रारंभी गोपालांनी इंद्रपूजेची तयारी केली,' असे म्हटले आहे. दोन्हीपैकी एक - बहुधा २४ वा - श्लोक प्रक्षिप्त असण्याशी शक्यता आहे.

इंद्र म्हणजे पर्जन्य देवता. इंद्राच्या कृपेने पडणाऱ्या पावसामुळे सृष्टी धनधान्याने समृद्ध होते, पुरेसे गवत उगवते, ते गवत खाऊन तृप्त झालेल्या गायी भरपूर दूध

देतात म्हणूनच, इंद्राच्या उपकारांची जाणीव ठेवण्यासाठी कृतज्ञ व्रजवासीयांनी इंद्राचे पूजन करावे, अशी परंपरा होती. कृष्ण इंद्राची पूजा करण्यामागचे कारण विचारतो. 'हरिवंशा'नुसार, एक वृद्ध गोप आणि 'भागवता'नुसार नंदराज, त्याला ही गोष्ट समजावून सांगतो. ढग एकमेकांवर आपटल्यामुळे मेघगर्जना होते ह्या आधुनिक शास्त्रीय सत्याचाही यात उल्लेख आहे. नंदराज तर असेही म्हणतो, की अशा पारंपरिक प्रकारे कृतज्ञता व्यक्त न करणाऱ्या लोकांनी धर्म सोडून दिला आहे, असे म्हटले पाहिजे. अशा लोकांना केवळ दुःखच प्राप्त होत असते.

इंद्रपूजेऐवजी गिरिपूजा करायला हवी असे कृष्ण सगळ्यांना समजावून सांगताना म्हणतो, की प्रजेने आपल्या व्यवसायाच्या साधनांची पूजा करणे, हेच योग्य आहे. इथे कृष्ण चार प्रकारच्या वैश्यवृत्तीचा उल्लेख करतो. कृष्ण म्हणतो, 'शेतीवाडी', 'व्यापार', 'गोपालन' आणि 'सावकारी' हे चार मुख्य प्रकार आहेत. 'गोपालन' हेच व्रजवासींचे बल आहे, त्यामुळे गाय हाच त्यांचा मुख्य आधार आहे, हे लक्षात घेतले पाहिजे. गायींना चारा पर्वतावर मिळतो म्हणून पर्वत पूजनीय आहेत. त्यांचीच पूजा करायला हवी.

कृष्ण असाही तर्क मांडतो, की सगळे व्रजवासी पर्वताची अपत्ये आहेत. आपले निवासस्थानही पर्वतच आहेत. त्यामुळेच वृष्टी, तसेच धान्य-तृणादी सर्व गोष्टींसाठी इंद्राचे नव्हे तर पर्वताचे उपकार मानले पाहिजेत. इतके समजावून झाल्यावर कृष्ण गोपांना धमकावत म्हणतो, की मी म्हणतो त्याप्रमाणे तुम्ही इंद्रपूजा करणे थांबवून त्याऐवजी गिरिपूजा करण्यास सुरुवात केली नाहीत तर तसे करण्यास मी तुम्हाला भाग पाडेन. बळजबरीने तुमच्याकडून करवून घेईन.

कृष्णाच्या ह्या समजावणीपेक्षा काहीसा वेगळा दिसून येणारा कर्मसिद्धान्ताचा दाखला 'भागवता'त आहे, 'हरिवंशा'त तो नाही. कृष्ण म्हणतो, की आपण जे काही मिळवतो, ते आपल्या कर्मांचे फळ असते. ईश्वरसुद्धा कर्मांच्याच अधीन आहे. कर्म न करणाऱ्यांना तो काही देऊ शकत नाही आणि कर्म करणाऱ्यांकडून तो काही हिसकावून घेऊ शकत नाही. आपल्याला प्राप्त होणारी वर्षा, धान्य-तृण इत्यादी सगळे काही आपल्या कर्मांचे फळ आहे, त्यात इंद्र काय करू शकतो? इंद्र पर्जन्यदेवता असेल तर असो, म्हणून त्याचे पूजन करायची गरज आहे असे काही नाही.

पुढे पुष्कळ वर्षांनंतर, गीतेद्वारे उद्‌बोधन करताना ह्याच युक्तिवादाच्या संदर्भात कृष्णाने तिसऱ्या अध्यायात कर्मयोग कथन करताना दहाव्या, अकराव्या आणि बाराव्या श्लोकांत जे म्हटले आहे ते ध्यानात घेण्याजोगे आहे.

ते श्लोक असे आहेत-

सहयज्ञाः प्रजाः सृष्ट्वा, पुरोवाच प्रजापतिः ।
अनेन प्रसविष्यध्वमेष वोऽस्त्विष्टकामधुक् ।।
ॐदेवान्भावयतानेन ते देवा भावयन्तु वः ।
परस्परं भावयन्तः श्रेयः परमवाप्स्यथ ।।११।।
ॐइष्टान्भोगान्हि वो देवा दास्यन्ते यज्ञभाविताः।
तैर्दत्तानप्रदायैभ्यो यो भुङ्क्ते स्तेन एव सः ।।१२।।

प्रजापती ब्रह्माने आरंभी यज्ञासह प्रजेची उत्पत्ती करून म्हटले, की 'ह्या यज्ञाद्वारे तुम्ही उत्कर्ष प्राप्त करून घ्या आणि हा यज्ञ तुमचे इच्छित पूर्ण करणारा होवो! ह्या यज्ञाने तुम्ही देवतांना संतुष्ट करा आणि त्या देवतांनी तुम्हाला संतुष्ट करावे.' अशाप्रकारे परस्परसंतोषाचे हे चक्र अविरत फिरत राहावे, अशी संकल्पना आहे. देवांना तुष्ट केल्याविना उपभोग घेणे हे चोरी करण्याइतके हीन कर्म मानले आहे.

असे असूनही, हा बाळकृष्ण व्रजवासीयांना इंद्रपूजा करण्यापासून रोखतो. इंद्रपूजा करा आणि गिरिपूजासुद्धा करा असेही सांगत नाही. गिरिपूजेच्या आग्रहापेक्षा, इंद्रपूजेचा त्याचा विरोध अधिक प्रखर आहे. इतका, की त्यासाठी वडीलधाऱ्या व्रजवासीयांवर बळजबरी करायची धमकी द्यायला तो मागेपुढे पाहत नाही. कृष्णाच्या व्यक्तिमत्त्वात असा उग्रपणा, विवेकाची मर्यादा उल्लंघून जाणारा हठाग्रह इतरत्र कुठेही दिसून येत नाही.

इंद्राच्या प्रकोपामुळे झालेल्या प्रचंड, मुसळधार पावसात बुडू लागलेल्या व्रजवासीयांना वाचवण्यासाठी कृष्णाने गोवर्धन पर्वत उचलून धरला. सामान्यतः, अतिवृष्टीमुळे सखल भागात साचलेल्या पाण्यापासून बचाव करण्यासाठी लोकांनी उंचावरच्या ठिकाणाकडे धाव घ्यावी हे समजण्यासारखे आहे, पण इथे तर गोवर्धन पर्वतच्या पर्वतच उचलून घेतल्याने निर्माण झालेल्या पोकळीत आणि सखल भागातच व्रजवासीयांनी आपल्या गायींसह आश्रय घेतला आहे. पाण्याचा प्रवाह आणि वेग दोन्हींविरुद्ध गेल्याचे हे चिन्ह आहे. त्यात आणखी, उचललेल्या पर्वतावरून मोठमोठ्या शिळा कोसळत होत्या, वृक्ष उन्मळत होते, अशी वर्णने सुद्धा आहेत. अशा परिस्थितीत, टेकडीखाली सुरक्षितता कशी काय असेल, असा प्रश्न साहजिकच उद्भवतो. (मुळात, पर्वत असा उखडला जाऊच शकत नाही हा प्रश्न अस्थानी आहे, कारण कृष्णाने ह्या प्रसंगी जे काही केले, ते मानवी शक्तीच्या पलीकडचे आहे, हे उघड आहे. त्यामुळे, तो पर्वत उचलला गेला हे जरी मान्य केले तरी हे आनुषंगिक प्रश्न उद्भवतातच.)

तर मग गोवर्धन पर्वत धारण करण्याचा अन्य काही सूचक अर्थ असू शकतो का? तपासायला हवे.

इंद्रपूजेला विरोध म्हणजे व्यक्तिपूजेला विरोध, ह्या दृष्टिकोनातून ह्या पूजेकडे पाहण्याचे प्रयत्न झाले आहेत; परंतु इंद्र म्हणजे केवळ एक व्यक्ती नव्हे. तो पर्जन्यदेव आहे. त्यामुळे त्याचे पूजन करण्यामागे पारंपरिक कृतज्ञता व्यक्त करणे एवढाच भाव आहे. कंसाच्या व्यक्तिपूजेशी इंद्राच्या व्यक्तिपूजेची तुलना होऊ शकत नाही.

इंद्रपूजेच्या यज्ञात गायीचा अथवा गाय वंशातील कोणाचा तरी बळी दिला जात असावा अशी एक शक्यता आहे. वैदिक यज्ञांत, विशेषत: इंद्राला, बैलाचा बळी दिला जात असे हे विदित आहे. व्रजभूमीमध्ये होणाऱ्या इंद्रपूजेतदेखील ही परंपरा अनुसरली जात असण्याची दाट शक्यता आहे. अशा तऱ्हेने होणारी गायीची अथवा कोणत्याही गोधनाची हत्या कृष्ण कशी काय सहन करू शकेल? त्याचा क्रोधाग्नी भडकणारच. ह्या क्रोधाच्या आवेगात त्याने सर्वांविरुद्ध, गरज पडल्यास वडील माणसांविरुद्ध सुद्धा, बळाचा वापर करण्याची धमकी दिली असेल हे तर्कसंगत वाटते. शिवाय, गोवर्धन शब्दात 'वर्ध' शब्द आहे. त्याचा एक अर्थ 'कापणे' असाही होतो. म्हणजे गाय कापण्याचे स्थळ असाही अर्थ त्यातून निघू शकतो.

'गोवर्धन' शब्दाचा हा अर्थ प्रथमदर्शनी तरी असह्य वाटतो, परंतु त्याचे समर्थन करणारा एक श्लोक 'महाभारता'तही सापडतो. मद्र देशातील लोकांवर टीका करताना कर्ण म्हणतो, की मद्र देशात गोवर्धन नामक एक वड आहे, तेथे चारित्र्यहीन प्रजा दारू पिते, लसूण खाते आणि गोमांसभक्षण करते. असा, ह्या वडाचा उल्लेख घृणापूर्वक आणि गायींची हत्या होते ते स्थळ ह्या अर्थी झाला आहे. (कर्णपर्व)

ह्याचाच अर्थ असा होतो, की इंद्रपूजेच्या निमित्ताने गोधनाची जिथे हत्या होत असे, त्याच जागी कृष्णाने गोधनाची पूजा करायला लावली. गाय हेच गोपाळांचे दैवत आहे, आपल्या उपजीविकेचे साधन माणसाने पूज्य मानायला हवे, त्याचीच पूजा करायला हवी, असे कृष्णाने आरंभी म्हटले आहे ते सार्थ ठरते. अशाप्रकारे, गायींची हत्या होणाऱ्या स्थानाला कृष्णाने 'गोवर्धन' म्हणजे गायींचे वर्धन अर्थात वृद्धी करणारा पर्वत असे नाव मिळवून दिले. कृष्णाने गोपूजन केले आणि 'गोवंशाचे वर्धन म्हणजे गोवर्धन' अशी त्या पर्वताला ओळख प्राप्त झाली हे म्हणणे तर्कशुद्ध वाटते.

आणखी एक गोष्ट अशी, की कंसाच्या हल्ल्यांनी कृष्ण सततच घेरलेला असे. कोणत्या रूपात, कोठून शत्रू येऊन ठेपेल त्याची कल्पनाही करता येत नव्हती. अशा परिस्थितीत आणखी एकाचे शत्रुत्व ओढवून घेण्यामागे काहीच तर्कशुद्ध कारण सापडत नाही. चहूकडून मृत्यूने घेरले असतानाही, कृष्णाने असे एक

अपकृत्य पाहिले, की परिणाम काहीही होवो, हे अपकृत्य रोखायलाच हवे असे त्याला वाटले असावे. दुष्कृत्य चालवून घेईल तर तो कृष्ण कसला? पारंपरिक असले तरी, स्थळकाळाच्या संदर्भात आता जे अनुरूप नसेल त्यातून नवा अर्थ शोधायलाच हवा. कृष्ण परंपरावादी नव्हता, क्रांतिवादी होता.

तो भयंकर पाऊस थांबल्यानंतर, गोवर्धन पर्वत पुन्हा पूर्ववत जागच्या जागी ठेवल्यावर इंद्राने कृष्णाचे माहात्म्य मान्य करून केलेली स्तुती 'भागवता'त आणि 'हरिवंशा'त वेगवेगळी आहे. 'भागवता'नुसार, इंद्राने केलेल्या स्तुतीनंतर कामधेनू कृष्णावर दुधाचा अभिषेक करते तर 'हरिवंशात', इंद्र स्वत: गंगाजलाने कृष्णाला अभिषेक करतो असे वर्णन आहे. त्याखेरीज, 'कुंतीपुत्र अर्जुनाला मीच जन्म दिला आहे,' असे इंद्र म्हणतो आणि त्या अर्जुनाचे सतत रक्षण करण्याचे कृष्णाकडून वचनसुद्धा मागतो. उत्तरादाखल कृष्ण तसे वचन तर देतोच; शिवाय कुंतीच्या कर्णासहित सहाही पुत्रांच्या जन्माची आपल्याला माहिती असल्याचेही सांगून भावी युद्धाचा येथे जणू संकेतच देतो.

समग्र कथानकाच्या अगदी शेवटी एका लहानशा परंतु कृष्णाचे श्रेष्ठत्व दर्शवणाऱ्या गोष्टीचा उल्लेख आहे. इंद्रस्तुतीनंतर सगळे व्रजवासी कृतज्ञतापूर्वक कृष्णाचे आभार मानू लागतात. कृष्णाने त्यांचे रक्षण केले त्याबदल्यात कृष्णाने काही मागावे, आपण द्यावे अशी भावना बोलून दाखवतात त्या वेळी कृष्ण म्हणतो, "मला केवळ तुमचे प्रेम द्या!" कृष्णाला दुसरे काहीच नको आहे. कृष्णावर अविरत प्रीती करणे हाच एक, त्याच्याबद्दल कृतज्ञता व्यक्त करण्याचा मार्ग आहे.

पुष्कळ वर्षांनंतर घडलेली खांडववन-दहनाची घटना यासंदर्भात ताडून पाहण्याजोगी आहे. भयानक दहनातून वाचलेल्या मय-दानवाने उपकृत होऊन कृष्णाला काहीतरी मागण्यास सांगितले, तेव्हाही कृष्णाने असेच वचन मागितले आहे. 'अर्जुनाचे प्रेम मला सतत लाभो.'

कृष्णाला आपण परमात्मा मानत असू, तर परमात्म्याच्या प्राप्तीची ही उत्तम आणि सर्वांत सोपी किल्ली स्वतः कृष्णानेच आपल्या हाती दिली आहे. ईश्वराला प्राप्त करून घेण्यासाठी प्रेमाहून अधिक चांगला दुसरा कोणताच मार्ग नाही.

ह्या घटनेचे आणखी एक मर्म ध्यानात घेण्याजोगे आहे. इंद्रपूजा हा व्रजवासीयांच्या दृष्टीने त्यांचा धर्म होता, एक प्रबळ भावना होती. त्या भावनेचे खंडन करून कृष्णाने त्यांना नवी, अधिक बलवत्तर भावना दिली. कोणत्याही प्रजेला अशा कोठल्या ना कोठल्या साधनांची गरज भासत असते. त्यावाचून त्यांचे चालत नाही. धर्म, श्रद्धा, भावना हे सारे सापेक्ष आहे. कोणत्याही प्रजेच्या भावनेचे - मग ती भलेही जीर्णशीर्ण, निरर्थक, बुद्धिहीन असो - खंडन करण्याचा अधिकार, त्या भावनेच्या जागी नवी, अधिक सबळ भावना प्रस्थापित करू शकणाऱ्या, सर्वांहून वीतभर

उंचीवर असणाऱ्या, अधिक सक्षम व्यक्तीलाच केवळ असतो. तुम्ही नव्या श्रद्धा स्थापित करू शकत नसाल तर जुन्या श्रद्धा उखडून टाकून उपासनेलाच अश्रद्ध करण्याचा तुम्हाला अधिकार नसतो. कृष्णाने तत्कालीन प्रजेला नूतन आणि अधिक बळकट श्रद्धा दिली.

◆

‘गूढ’ उकलण्याचा हा मार्ग नव्हे

कृष्णाची जीवनयात्रा दोन कालखंडांत विभागता येईल. पहिला कालखंड कंसवधासोबत समाप्त होतो. तसे पाहता हा कालखंड लहानसा आहे. कृष्णाचे त्यावेळचे वय बहुधा चौदा वर्षांपेक्षा अधिक नसावे असे वाटते. कंसवधाच्या वेळी कृष्ण अकरा वर्षांचा होता असाही अंदाज केला गेला आहे, तर काहींनी तो सात वर्षांचा होता अशीदेखील कल्पना केली आहे, परंतु बहुतेक सर्व विद्वानांनी त्या वेळी कृष्ण सुमारे चौदा वर्षांचा असावा असाच हिशेब मांडला आहे. यात मतभिन्नता असली तरी ही वयोमर्यादा चौदा वर्षांच्या पलीकडे जात नाही. आपल्या एकूण जीवनकालात कृष्णाने केलेली कार्ये तसेच तत्संबंधी घटनांविषयीच्या संदर्भांचे उल्लेख लक्षात घेता देहविलयाच्या समयी कृष्णाचे वय एकशे पंचवीस वर्षे असावे, अशी धारणा आहे.

अशा तऱ्हेने, एकूण एकशे पंचवीस वर्षांपैकी प्रारंभीची चौदा वर्षे, संख्येच्या दृष्टीने नगण्य म्हणावीत अशीच आहेत. कृष्णाचे अवतारकार्य म्हणा की युगकर्म म्हणा, त्याचा आरंभ कंसवधाने झाला असे म्हणता येईल. कंसवधानंतर कृष्ण आर्यावर्तातल्या गोकुळ नामक एका छोट्याशा गावातला एक सामान्य गोपाल-पुत्र राहत नाही. समग्र आर्यावर्तावर त्याचा प्रभाव फैलावत जातो. अशा प्रकारे, जवळपास शतकभराच्या ज्या कालखंडाने कृष्णाला ‘युगपुरुष’ म्हणून प्रस्थापित केले, त्या काळातल्या प्रचंड कार्यांच्या तुलनेने आरंभीच्या ह्या चौदा वर्षांतल्या ‘बाललीला’ एकप्रकारे सामान्य म्हणाव्यात अशा आहेत.

...परंतु चौदा वर्षांच्या ‘बाललीलां’बद्दल, त्यानंतरची शेकडो वर्षे जितक्या लेखकांना, कवींना, कलाकारांना आकर्षण वाटत राहिले तेवढे आकर्षण तर त्या ‘युगपुरुषा’च्या ‘युगकर्मांनी’ही पुरवले नसेल. कृष्णाच्या ‘बाललीलां’बद्दल जेवढे

लिहिले गेले आहे तेवढे त्याच्या युगकर्मांविषयी लिहिले गेले नाही. 'महाभारत' हा 'कृष्णाच्या युगकर्मां'चा ग्रंथ आहे, पण 'महाभारत' ज्यांचा साधा उल्लेखसुद्धा करत नाही, त्या 'बाललीलां'विषयी त्यानंतरच्या लेखकांनी पुष्कळ काही लिहिले आहे. मध्ययुगात होऊन गेलेल्या रहीम, दादू अथवा रसखान ह्यांसारख्या परधर्मी कवींनी 'कृष्णाच्या बाललीला' आकंठ गायिल्या आहेत. देहभान विसरून 'हरे कृष्ण, हरे कृष्ण' म्हणणारे शेकडो परदेशी आणि परधर्मीय आजही हरे कृष्ण सोसायटीत दृष्टीस पडतात. बहुतांश वेळा त्यांच्या नजरेसमोर 'कृष्णाच्या बाललीला'च असतात. बहुसंख्य रचनाकारांना शेकडो वर्षे ज्या 'कृष्णलीलां'नी जखडून ठेवले आहे, त्यांपैकी एक प्रसंग गोपींच्या वस्त्रहरणाचा आहे. स्नान करणाऱ्या गोपींची नदीकाठी ठेवलेली वस्त्रे कृष्णाने पळवली आणि त्या वस्त्रांचे गाठोडे घेऊन तो जवळच्या कदंब वृक्षावर चढून बसला, ही कथा म्हणजे 'भागवतकारां'ची देणगी आहे. 'महाभारता'त अर्थातच ह्याचा उल्लेख नाही, पण 'हरिवंशा'तही ह्या घटनेबद्दल काही लिहिलेले आढळत नाही. 'ब्रह्मवैवर्तपुराणा'त मात्र ह्या कथानकाचे सविस्तर वर्णन आहे.

आपल्या मनाजोगता पती मिळावा म्हणून कुमारिका 'कात्यायनी व्रत' आजही करतात. व्रजभूमीतल्या कुमारिका हेमंत ऋतूत हे व्रत करतात. (हल्ली मात्र हे व्रत वर्षारंभी केले जाते. हा बदल केव्हा आणि का झाला असेल?) 'गोपी कुमारिका होत्या आणि कृष्ण पतिरूपात मिळावा म्हणून हे व्रत त्या करत होत्या,' असे भागवतात म्हटले आहे. 'ब्रह्मवैवर्तपुराणा'त 'हेमंत ऋतूमुळे कामपीडित झाल्याने गोपी कृष्णाला पती म्हणून प्राप्त करून घेण्यासाठी हे व्रत करत होत्या,' असे लिहिले आहे. ह्या दोन्हीतला भेद लक्षात घेण्याजोगा आहे. कुमारिकांनीं एखाद्याला आदर्श मानून पुजावे हे समजण्यासारखे आहे; पण कामपीडित कन्येने कोण्या पुरुषाला आदर्श म्हणून स्मरावे ह्यात त्या पुरुषाचे अवमूल्यन आहे. 'ब्रह्मवैवर्तपुराण' अशा अवमूल्यनांनी भरले आहे.

नदीकाठी ठेवलेली गोपींची वस्त्रे पळवून कृष्ण कदंब वृक्षावर चढून बसला तेव्हा तो एकटा नव्हता, अन्य गोपबाळेही त्याच्या सोबत होती, पण कथांमध्ये तसा उल्लेख नाही. निर्वस्त्र होऊन नदीत स्नान करणाऱ्या गोपी आपली वस्त्रे कृष्णाने परत द्यावीत म्हणून त्याची विनवणी करतात त्या वेळी कृष्ण त्यांना पाण्याबाहेर येऊन वस्त्रे घेऊन जायला सांगतो. 'गोपी नाइलाजाने पाण्याबाहेर तर आल्या, परंतु अतिलज्जेमुळे त्यांनी दोन्ही हातांनी आपले गुह्यांग झाकून घेतले होते,' असे 'भागवत' म्हणते. ते पाहून कृष्ण म्हणतो, 'विवस्त्र होऊन स्नान केलेत हा तुम्ही 'जलदेवते'चा अपराध केला आहे, तर आता तुम्ही दोन्ही हात जोडून प्रणाम करेपर्यंत तुमची वस्त्रे परत देणार नाही.'

ह्याचा अर्थ स्पष्ट आहे. 'जलदेवते'च्या अपराधाविषयी 'ब्रह्मवैवर्तपुराणा'ने मौन बाळगले आहे. दोन्ही हात जोडून उभे राहण्याच्या कृष्णाच्या सूचनेचाच केवळ उल्लेख आहे; एवढेच नव्हे तर कृष्णाची सूचना ऐकून ह्या गोपींपैकी एक - राधा- अधिकच कामपीडित झाली असेही म्हटले आहे. 'भागवतकारां'च्या कथनानुसार, गोपी हात जोडून उभ्या राहिल्यावर कृष्ण प्रसन्न झाला आणि त्याने गोपींची वस्त्रे परत दिली.

प्रथमदर्शनीच हा कथाभाग अतिशय विचित्र आणि असभ्य वाटतो. गोपींना नग्नावस्थेत आपल्यापाशी बोलावण्याच्या, जवळ आल्यानंतर त्यांना हात जोडून उभे राहायला सांगण्याच्या आणि शेवटी त्या अक्षतयोनी असल्याचे पाहून प्रसन्न होण्याच्या कथाभागात कोठेही बालसुलभ निरागसता नाही, लहान मुलासारखा खोडकरपणाही नाही. निर्वस्त्र-स्नान म्हणजे 'जलदेवते'चा अपराध आहे, हा उल्लेख मात्र दखल घेण्यासारखा आहे. 'मनुस्मृती'ने निर्वस्त्र स्नान वर्ज्य मानले आहे. आजही भारतवर्षातल्या गेल्या पिढीतल्या कित्येकांना निर्वस्त्र स्नानाची कल्पनाही मानवणार नाही. ही पिढी त्यांच्या स्नानगृहातदेखील एखादे वस्त्र गुंडाळूनच स्नान करत असते. पुरुषवर्गसुद्धा अशाप्रकारे स्नान करत असेल तर, सार्वजनिक जलाशयासारख्या जागी स्त्रिया विवस्त्र-स्नान करत असतील, ही गोष्ट संस्कृतीशी अथवा परंपरेशी अजिबात सुसंगत वाटत नाही.

हा एकूणच प्रसंग कोण्या रसिक महाभागाने नंतर घुसवला असावा, असे वाटते. सामान्य माणसाला मूळ 'भागवता'त असलेल्या अनेक गूढ गोष्टींच्या - भक्तिमार्गाचे अथवा भक्तीचे आवरण पांघरलेल्या गहन ज्ञानाच्या-पलीकडच्या तटापर्यंत नेऊन पोहोचवण्यासाठी अशा सवंग युक्तींचा आश्रय नंतरच्या कथाकारांनी घेतला असावा, हे तर्कसंगत वाटते. त्यामुळे सर्वसामान्य माणूस 'भागवता'कडे आकर्षिला जाईल, असा काहीतरी हिशेब असावा.

अर्थात, पुढे जाता ह्या प्रसंगाला रूपक मानून त्याचे निरनिराळ्या प्रकारे मूल्यमापन होत राहिले आणि एक सवंग युक्ती वा प्रक्षिप्त भाग म्हणण्याऐवजी त्यांवर वेगवेगळे हेत्वारोपही विद्वानांनी केले आहेत. त्यांत, कृष्णाने म्हटलेल्या एका वाक्याचा अर्थ-'ॐये यथा माम् प्रपद्यन्ते, तांस्तथैव भजाम्यहम् ।' म्हणजेच मला जो ज्या भावनेने भजतो, त्याला मी त्याच भावनेत भेटतो. हा आधार घेऊन गोपींच्या व्रताचा आणि ह्या कथानकाचा अर्थ लावण्याचा प्रयत्न झाला आहे. कश्यप ऋषींची पत्नी 'दिती' हिने भगवंताला पुत्ररूपात भजले होते म्हणून भगवंताने तिच्या पोटी जन्म घेतला होता. तद्वतच, गोपी कृष्णाला म्हणजेच भगवंताला पतीच्या रूपात भजत होत्या. आपल्या सांस्कृतिक परंपरेनुसार, स्त्रीच्या दृष्टीने पतीहून अधिक दुसरे काही नसते, त्यामुळे पतीला प्राप्त करणे याचाच अर्थ सर्वस्व

अर्पण करणे. त्या अर्थाने ह्या गोपकन्यांनी कृष्णासमक्ष सर्वस्व अर्पण केले. सर्वस्व म्हणजे केवळ वस्त्रेच नव्हे तर गुह्यांग उघड करून लज्जेचासुद्धा त्याग केला.

जो लोकाचारांची लज्जा त्यागतो त्यालाच कृष्णप्राप्ती होते हेच ह्या रूपकात दडलेले गूढ आहे, असेही म्हटले जाते. भगवान आणि भक्त यांच्यामध्ये कोणताही आडपडदा नसेल तेव्हाच दोघे एकरूप होऊ शकतात, असा देखील संकेतार्थ ह्यातून काढला गेला आहे.

हे सगळे युक्तिवाद जरी मान्य केले तरी, कृष्णाच्या अवतारकार्यांतल्या सातत्याशी त्यांचा मेळ बसत नाही. त्यांतील निरागसता हाती दिवा घेऊन शोधावी लागते. 'ब्रह्मवैवर्तपुराण' तर त्या गोपकन्या कामपीडित होत्या असे उघडपणे म्हणते. 'भागवता'ने त्यांना कामपीडित म्हटले नसले तरी कृष्ण ज्या तऱ्हेने त्यांना गुह्यांगावरील हात बाजूला करून प्रणाम करायला सांगतो - खरेतर विवश करतो- आणि त्यांना अक्षतयोनी पाहून प्रसन्न होतो हे सर्व वाचून कोणाही सहृदय भाविकांचे मन प्रसन्न होत नाही, हे मान्य केल्यावाचून चालणार नाही.

परमात्म्याला प्राप्त करून घेण्यासाठी लोकाचार त्यागला पाहिजे, ह्या तर्काच्या संदर्भात, विसाव्या शतकात वाचनात आलेला जॉर्ज बर्नाड शॉ यांच्याबद्दलचा एक प्रसंग आठवतो. ख्रिस्ती धर्मातल्या एका संप्रदायात, साध्वींना 'बेदिंग-कॉस्च्युम' म्हणजेच स्नान करतेवेळी घालायचा विशिष्ट पोशाख चर्चतर्फे दिला जात असे. ही गोष्ट शॉ ह्यांना कळल्यावर त्यांनी त्या चर्चच्या पाद्र्याला विचारले, "फादर, स्नानगृहात स्नान करायला ह्या स्त्रियांना अशा पोशाखाची काय गरज आहे?"

"स्नानगृहाच्या बंद भिंतींच्या आतदेखील ईश्वर तर आहेच ना?" फादर समजावू लागले. "निर्वस्त्र अवस्थेत साध्वींनी ईश्वराच्यासुद्धा नजरेला पडता कामा नये."

"होय का?" शॉ नेहमीच्या तिखट स्वरात म्हणाले, "स्नानगृहाच्या बंद भिंतींच्या आत असलेला जो ईश्वर ह्या स्त्रियांना विवस्त्र अवस्थेत पाहू शकतो, तोच ईश्वर त्या स्त्रियांच्या पोशाखाच्या आत नसतो काय?"

गोपी-वस्त्रहरणाच्या प्रसंगातही अशाच प्रकारची गैरसमजूत चालत आली असावी, असे वाटते. 'भागवतात'ली गूढे अशा प्रकारच्या कथांमधून उकलणे हाच एक राजमार्ग असेल तर मग, त्या कथा 'भागवत'कारांच्या असण्याचा संभव कमी आहे असेच म्हणावे लागेल.

◆

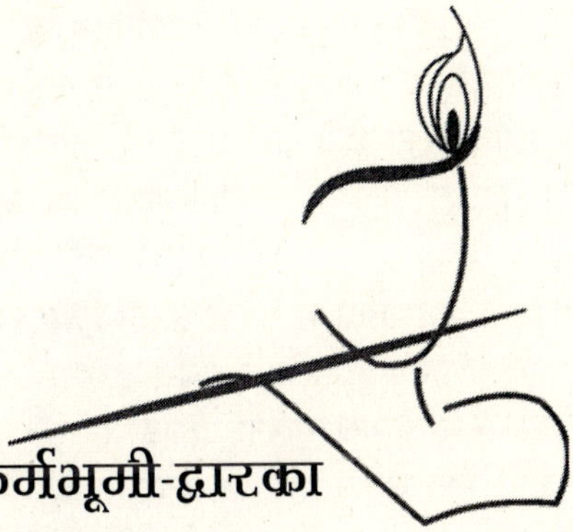

कृष्णाची कर्मभूमी-द्वारका

मथुरेपासून द्वारका शेकडो किलोमीटर दूर आहे. एवढे मोठे अंतर कापणे हे तीन-साडेतीन हजार वर्षांपूर्वी सोपे काम नसावेच. जरासंधाच्या आक्रमणांना कंटाळून यादवांनी मथुरा सोडली आणि आर्यावर्ताच्या पश्चिमेकडील भागात - ज्याला त्या युगात 'आनर्त' असे म्हणत–स्वतःसाठी नवे नगर वसवले. यादवांनी वसवलेले नवे नगर म्हणजेच द्वारका!

यादवांनी कोणत्या परिस्थितीत मथुरा सोडली हे 'महाभारता'च्या सभापर्वात, कृष्णाने युधिष्ठिरासमोर सांगितले आहे. ह्या कथनानुसार, जरासंधाच्या भयाने, पुत्र-पौत्रादींसह ज्ञातिबांधवांना घेऊन आपण मथुरेहून पलायन केल्याची त्याने कबुली दिली आहे. 'हरिवंशा'त विकद्रू यादवाचा उल्लेख आहे. जरासंधाच्या हल्ल्यांनी मथुरा अगदी छिन्नभिन्न झाली होती. अशावेळी, 'आपली युद्ध-साधने क्षीण झाली आहेत आणि आता आपल्या ह्या नगरीत शत्रूचा वेढा सहन करण्याची शक्ती उरलेली नाही,' असे विकद्रू कृष्णाला म्हणतो.

युद्धामुळे झालेल्या, मथुरेच्या त्यावेळच्या अवस्थेचे वर्णन असे आहे. 'साधनसामग्री संपत आली आहे, आपण अतिशय दुर्बल झालो आहोत, नगरीचे रक्षण करणारे किल्ले उरले नाहीत, आयुधांचे भांडार सुधारण्याची गरज आहे...' मथुरेची जर्जर अवस्था आणि यादवांमध्ये व्यापलेली निराशा ह्यांतून सूचित होते.

'जरासंधाचे सर्व हल्ले कृष्णाने बलरामाच्या साथीने परतवून लावले होते; परंतु त्यानंतर जरासंधाच्या मदतीला 'कालयवन' दुसऱ्या बाजूने चालून आला. 'अधिक संहार होऊ देणे निरर्थक आहे, असे वाटल्याने कृष्णाने मथुरा सोडली आणि द्वारका वसवली,' असे 'भागवता'त म्हटले आहे. 'विष्णुपुराणा'तले वर्णनही बहुतांशी, 'भागवता'शी मिळतेजुळते असेच आहे.

कृष्णाच्या युद्धविषयक धोरणाचे सर्वप्रथम दर्शन येथे घडते. कृष्णाने शक्यतो युद्ध टाळण्याचेच प्रयत्न केले आहेत, हे दर्शवणारे अनेक प्रसंग कृष्णाच्या आयुष्यात आहेत. 'गीते'मध्ये पार्थाला, 'तस्मादुत्तिष्ठ कौन्तेय, युद्धाय कृतनिश्चयः।।' असा स्पष्ट आदेश देणाऱ्या कृष्णाने स्वतःच्या आयुष्यात मात्र निरर्थक हिंसेचा नेहमीच विरोध केला आहे. भारतीय महायुद्धाच्या आधी, युद्ध थांबवण्याचा अखेरचा प्रयत्न म्हणून कृष्ण समेटाचा संदेश घेऊन शिष्टाईसाठी जातो. 'विराटनगरी'मध्ये पांडवांची बाजू घेणारे द्रुपद इत्यादी सर्वजण युद्धाची तरफदारी करत असताना कृष्ण मात्र युद्ध करू नये असाच सल्ला देताना दिसतो, एवढेच नव्हे तर, युद्ध झालेच तरी मी युद्धात भाग घेऊन हिंसा करणार नाही, असेही म्हणतो.

द्रौपदी स्वयंवराच्या प्रसंगी, अन्य राजे अर्जुनाला मारायला सिद्ध झाले असता, कृष्णाने अतिशय समंजसपणे संभाव्य युद्ध टाळले आहे. शिशुपाल-वधाच्या आधीसुद्धा, शिशुपालाचा रोष आपोआप शमला तर त्याची हत्या करणे टाळता येईल, ह्या विचाराने तो मुकाट्याने सर्व सहन करत राहिला आहे. भीमाच्या हातून गदायुद्धात जरासंध मारला जाण्यापूर्वी, जरासंधाने आपल्या कैदेत असलेल्या राजांची सुटका करावी आणि हा संघर्ष टाळावा, असाच पर्याय कृष्णाने सुचवला आहे. अशा तऱ्हेने, प्रत्येक वेळी अगदी शेवटचा पर्याय म्हणूनच कृष्णाने हिंसेचा मार्ग स्वीकारला आहे.

मथुरात्यागाच्या घटनेकडेही कृष्णाच्या युद्धाप्रतीच्या ह्या दृष्टिकोनातूनच बघायला हवे. कृष्णाने म्हटले असते तर सगळे यादव कृष्णाच्या पाठीशी राहून सर्वशक्तीनिशी जरासंधाशी झुंजले असते. मथुरा हतबल झाली होती, कृष्णाने मथुरेहून निघून जावे असे विकद्रूने आडवळणाने सुचवले होते हे खरे; पण अंतिम निर्णय त्याने कृष्णावरच सोपवला होता.

आपण ह्याआधी पाहिलेच आहे, की 'कालयवन' म्हणजे आर्यावर्ताच्या तत्कालीन सीमांच्या पलीकडची एक शक्ती आहे. त्यावेळच्या आर्यावर्ताच्या घडामोडींमध्ये सिंधू-देश दखलगिरी करताना दिसत नाही. 'आधी 'कालयवन' नामक संकट टळून जाऊ दे, जरासंधाकडे नंतर कधीही बघता येईल,' असा विचार करून कृष्णाने मथुरा त्यागली आहे- यादवांचे वसतिस्थान सुरक्षित राहावे एवढ्यासाठी! शिवाय 'कालयवना'चा नाश करण्याचे उद्दिष्ट होतेच. दूरगामी राजनीतीचे हे एक उत्तम उदाहरण आहे. अशाप्रकारे, आपले दुहेरी लक्ष्य साधण्यासाठी कृष्णाने एका नवीन प्रदेशाकडे दृष्टी वळवली.

...परंतु कृष्णाची नजर द्वारकेवरच का स्थिरावली?

'महाभारता'त, कृष्णाने स्वतः केलेल्या वर्णनानुसार, ही नगरी 'रैवतक पर्वता'जवळ आहे. तिथे समुद्राचा उल्लेख नाही, पर्वतावरच्या दुर्गाचा उल्लेख आहे. द्वारकेचे

रक्षक 'रैवतक पर्वता'वर राहत होते, असे म्हटले आहे. ह्या वर्णनाप्रमाणे पाहिल्यास, 'रैवतक पर्वत' म्हणजे 'गिरनार' असे समजले तर 'द्वारका' म्हणजे 'जुनागढ' किंवा त्याच्या आसपासचा प्रदेश असे धरून चालावे लागेल. दुर्गाशंकर शास्त्रींसारखे प्रखर इतिहासकार जीर्ण-दुर्ग म्हणजेच जुनागढच्या आसपास द्वारका वसली असावी, असे मानतात. (मुंबई गॅझेटीअर : भाग १ अनुसार तर द्वारका पंजाबात कुठेतरी असावी, अशी शंका व्यक्त केलेली आहे.) द्वारका समुद्राने वेढलेली असल्याचे 'हरिवंशा'त लिहिले आहे, शिवाय तिच्या पूर्व दिशेला 'रैवतक पर्वत' होता, असेही म्हटले आहे. काही पुरातत्त्ववाद्यांच्या मते, 'रैवतक' म्हणजे 'गिरनार' नसून, पोरबंदर नजीकचे 'बरडो' डोंगर होत. ह्या विधानाच्या समर्थनार्थ, पोरबंदर नजीकच्या समुद्रकाठच्या 'रेवतीकुंडा'चे तसेच 'रेवतेश्वर महादेवा'च्या मंदिराचे उदाहरण दिले जाते. कृष्णाने समुद्राकडून चार योजने भूमी मागून घेतली आणि विश्वकर्म्याकडून तिथे ही नगरी निर्माण करवून घेतली, असे 'विष्णुपुराणा'त,'भागवता'त आणि 'हरिवंशा'त म्हटले आहे. द्वारकेचा विस्तार शंभर योजने होता, असे 'ब्रह्मवैवर्तपुराणा'त म्हटले आहे, परंतु हे पुराण फारसे विश्वसनीय नाही. तरीसुद्धा, द्वारकानगरी निर्माण करत असता, कोणते वृक्ष, कोणत्या दिशेला, कोणत्या भवनाजवळ असावेत, असे प्रश्न विश्वकर्म्याने कृष्णाला विचारले आहेत आणि त्याचे उत्तर देताना, नगर वसवत असताना त्यांत वृक्षांचे काय स्थान आणि महत्त्व आहे, ते कृष्णाने अतिशय रोचक आणि तपशीलवाररीत्या समजावून सांगितले आहे. केवळ वास्तुकलेच्या दृष्टीनेच नव्हे, तर वनस्पतिशास्त्राच्या अभ्यासकांनाही ते उपयुक्त आहे.

'बलरामा'ला त्याचे श्वशूर राजा 'रैवत' यांच्याकडून, त्यांची कन्या 'रेवती' हिच्यासोबत आनर्त-प्रदेशही कन्यादानाच्यावेळी देण्यात आला होता, अशीही एक कथा आहे. 'आनर्त' हे 'रैवत राजा'च्या पित्याचे नाव आहे. 'आनर्त' हा 'विवस्वाना'चा पुत्र 'मनू' ह्याचा पुत्र आहे. अशाप्रकारे, 'रैवत' 'विवस्वाना'ची चौथी पिढी आहे. 'रैवता'ला पुत्र नव्हता. म्हणून मग, 'रेवती'चा 'बलरामा'शी विवाह करून देऊन आणि 'आनर्त-प्रदेश' बलरामाला देऊन 'रैवत' तप करण्यासाठी निघून गेला. कुशस्थली ही 'आनर्त-प्रदेशा'ची मुख्य नगरी होती. द्वारकेचे मूळ नाव 'कुशस्थली' होते असे 'महाभारत', 'भागवत' आणि 'हरिवंश' ह्या तीनही ग्रंथांत म्हटले आहे. 'कुशस्थली नगर' 'रैवतक पर्वता'जवळ होते, याबद्दल दुमत नाही तर मग द्वारका कोणती?

अलीकडेच, दोनएक वर्षांपूर्वी 'इन्स्टिट्यूट ऑफ ओशनोग्राफी'च्या पुरातत्त्ववाद्यांनी बेट-द्वारकेच्या समुद्रकिनारी पाण्याखाली पंचवीस-तीस फुटांवर, साडेतीनशे फूट लांबीची भिंत शोधून काढली आहे. ही भिंत अंदाजे साडेतीन हजार वर्षे जुनी असल्याचे शास्त्रीय तपासाअंती सिद्ध झाले आहे. समुद्रात बुडालेल्या द्वारकेच्या

दुर्गाची ही भिंत असावी, असा तर्क केला जातो. ह्याखेरीज, मार्तिकावर्ताचा राजा 'शाल्व' द्वारकेवर चालून आला असता द्वारकेला जोडणारा पूल यादवांनी तोडून टाकला होता, असा एक श्लोक 'महाभारता'त सापडतो. अशा रीतीने, द्वारका समुद्रातच होती, चहूबाजूंनी पाण्याने वेढलेली होती हे सिद्ध होते.

यादवांचे उत्तम तऱ्हेने रक्षण होऊ शकेल, अशीच द्वारकेची भौगोलिक परिस्थिती होती. जलमार्गाने आक्रमण होण्याची काही शक्यता नव्हती आणि भूमार्गावर 'रैवतक पर्वत'- मग तो 'गिरनार' असो, की 'बरडो'-शत्रूपासून रक्षण करण्यास समर्थ होता. अशाप्रकारे व्यूहात्मक दृष्टीनेसुद्धा द्वारकेच्या स्थानाचे महत्त्व आहे. कृष्णाच्या युद्धनीतीच्या दृष्टीने हे स्थान सर्वश्रेष्ठ होते.

'हरिवंशा'त म्हटले आहे, की विकद्रूची सूचना मान्य करून कृष्णाने एकट्यानेच बलरामासोबत मथुरा सोडली. कृष्णाला पळून जाताना जरासंधाने पाहावे, पळणाऱ्या कृष्णाला मारण्यासाठी जरासंधाने त्याचा पाठलाग करावा आणि त्यायोगे मथुरेचे आपोआपच रक्षण व्हावे, असा कृष्णाचा हेतू होता. गोमंत पर्वतावर (हा म्हणजे सह्याद्री असावा, असे एक अनुमान आहे) कृष्णाला जिवंत जाळून टाकण्यासाठी जरासंधाने संपूर्ण पर्वतच पेटवून दिला तरीसुद्धा कृष्ण आणि बलराम त्यांतून वाचले. त्यानंतर ते दोघे 'कुशस्थली' येथे गेले आणि जरासंध मगधला परतला. 'कुशस्थली'चे द्वारकेत रूपांतर केल्यानंतर मग अन्य यादव तेथे आले. 'महाभारता'त कृष्णाने स्वतः म्हटल्यानुसार, सर्व यादव धन-धान्य, कुटुंब-परिवार इत्यादींसमवेत मथुरा सोडून, 'कुशस्थली'ला येऊन पोहोचले होते. द्वारका ही कृष्णाची कर्मभूमी झाल्यानंतर मात्र मथुरेविषयी फारशी माहिती मिळत नाही.

◆

कृष्ण आणि द्रौपदी ह्यांचे परमसख्य

जॉन डाउसन नावाच्या एका विद्वानाने संपादित केलेल्या आणि लंडनहून प्रकाशित झालेल्या 'Classical Dictionary' ह्या ग्रंथाची सहावी आवृत्ती १९२८ मध्ये निघाली आहे. त्याच्या पहिल्या प्रकाशनाचे वर्ष उपलब्ध नाही. १९२८ साली सहावी आवृत्ती निघाली त्याअर्थी तोपर्यंत ५०-७० वर्षे तरी झाली असावीत असे सहज अनुमान करता येते. म्हणजेच, सुमारे शंभर-सव्वाशे वर्षांपूर्वी प्रसिद्ध झालेल्या ह्या ग्रंथात 'बलरामा'विषयी नोंद करताना संपादक म्हणतात, ''कृष्णाला जशा स्त्रिया प्रिय होत्या तसे 'बलरामा'ला मद्य प्रिय होते.''

कृष्णाविषयी असे लिहिताना, त्या संपादकांचा कृष्णाबद्दल काय दृष्टिकोन होता ते आपल्याला माहीत नाही. कृष्णाच्या रासलीला, त्याच्या सोळा हजार एकशे आठ पत्नी असल्याची समजूत, इत्यादी गोष्टी ह्या निरीक्षणामागे असण्याची शक्यता आहे, असा आपण तर्क करू शकतो. रासलीलेबाबत आपण ह्याआधी थोडासा विचार केला आहे आणि सोळा हजार एकशेचा मुद्दा तर विचारात घेण्याजोगा सुद्धा नाही. (कै. बंकिमचंद्र चट्टोपाध्यायांनी त्यांच्या 'श्रीकृष्णचरित्र' ह्या ग्रंथात म्हटल्याप्रमाणे कृष्णाच्या सोळा हजार एकशे स्त्रिया आणि 'विष्णुपुराणा'त म्हटल्याप्रमाणे एक लाख ऐंशी हजार पुत्र ह्या संख्या लक्षात घेऊन कृष्णाच्या एकूण आयुष्यकाळाचा हिशेब केला आहे. त्यांच्या मते, कृष्णाचे आयुष्य १२५ वर्षांचे आहे. तसे असेल तर, दर वर्षी १४४०, म्हणजेच दररोज चार पुत्र जन्मले असले पाहिजेत!)

आता उरली आठ बायका असण्याची गोष्ट! कृष्णाच्या ह्या आठ बायकांची नावे

उपलब्ध आहेत-क्वचित कधी ही संख्या नऊ आहे, असेही म्हटले जाते. ह्या सगळ्या बायकांच्या संततीची तपशीलवार यादीसुद्धा सापडते, पण त्यातील नावे एकसमान नाहीत. कृष्णाच्या एका पत्नीचे नाव 'गांधारी' होते असा 'मौसलपर्वा'च्या तिसऱ्या अध्यायात उल्लेख आहे; परंतु रुक्मिणी, सत्यभामा आणि जांबुवंती ही तीन नावेच बहुतांशी प्रचलित आहेत.

ह्यांखेरीज, कृष्णाची पत्नी नसूनही कृष्णाच्या सर्वाधिक निकट असलेल्या दोन स्त्रिया आहेत. त्यांतली एक राधा! 'ब्रह्मवैवर्त' पुराण सोडल्यास अन्य कोणत्याही ग्रंथाने राधेचे अस्तित्व मान्य केलेले नाही आणि मुळात 'ब्रह्मवैवर्त' पुराणच विश्वसनीय नाही. म्हणजेच, 'राधा' ही मूर्त स्वरूपापेक्षा अधिक अमूर्त स्वरूपातच आहे. कदाचित, 'राधा' म्हणजे कोणी एक व्यक्ती नसून एक तीव्र कामना, एक आतुर संकल्पना असावी. कृष्णाला प्राप्त करून घेण्याची सर्वोत्कृष्ट उत्कंठा म्हणजेच 'राधा'!

दुसऱ्या स्त्रीविषयी मात्र असे म्हणता येणार नाही. ती दुसरी स्त्री म्हणजे, द्रौपदी. द्रुपद राजाची ही कन्या पाचही पांडवांची पत्नी आहे. अनेकांची एकच पत्नी असल्याचे असे अद्‌भुत उदाहरण इतरत्र कोठेही मिळत नाही. अर्जुनाला ती स्वयंवरात प्राप्त झाली होती. द्रौपदी-स्वयंवराच्या प्रसंगी 'महाभारता'त प्रथमच प्रकट झालेल्या कृष्णाला पांडवांची आणि द्रौपदीचीसुद्धा ओळख त्या वेळी पहिल्यांदाच झाली आहे. त्याआधी कृष्ण पांडवांना कधीच भेटला नव्हता, मग द्रौपदीला भेटण्याचा प्रश्नच उद्‌भवत नाही. कृष्ण आणि पांडव लहानपणी एकमेकांकडे जात-येत होते, त्यांचा एकमेकांशी दाट परिचय होता असे दर्शवणाऱ्या सूचक घटना 'श्रीमद्‌भागवता'त मात्र आहेत.

द्रुपद राजाच्या निमंत्रणानुसार द्रौपदी-स्वयंवराला उपस्थित असणाऱ्या कृष्णासोबत बलराम, उद्धव, कृतवर्मा वगैरे तर होतेच; परंतु प्रद्युम्न आणि सांब यांसारखे कृष्णाचे पुत्र आणि पौत्र अनिरुद्ध हेसुद्धा त्या वेळी त्याच्यासोबत होते. यावरून, त्या वेळी कृष्णाचे वय पन्नास वर्षांच्या आसपास असावे, असे सहज अनुमान करता येते. कृष्ण अथवा अन्य कोणाही यादवाने द्रौपदीला स्वयंवरात प्राप्त करून घेण्याचा किंचितही प्रयत्न केला असावा असे मात्र वाटत नाही.

द्रौपदीने पाच पांडवांशी विवाह केला त्याबद्दल त्या विवाहाआधी द्रुपद, युधिष्ठिर, कृष्ण आणि वेदव्यास ह्यांच्यात झालेल्या चर्चेत व्यासांनी तसेच कृष्णाने द्रुपदाला धर्माचे अतिसूक्ष्म रूप समजावून दिले आहे. युधिष्ठिर म्हणतो, "हे राजन! तुमचे पुत्रीरत्न अर्जुनाने प्राप्त करून घेतले आहे आणि आम्ही कोणीही जे काही मिळवू त्याचा आम्ही संयुक्तपणे उपभोग घ्यावा, असा आम्हा भावंडांमध्ये ठरलेला नियम आहे." अर्थात, ह्यानंतर युधिष्ठिरासहित सर्वच पांडवांनी अन्य पत्नी केल्या

आहेत, पण युधिष्ठिराने दर्शविलेल्या ह्या नियमाचे त्या वेळी पालन केल्याचे मात्र मुळीच दिसत नाही.

खरेतर, द्रौपदीला बघताक्षणीच इतर चारही भावांच्या चेहऱ्यावर लालसा स्पष्टपणे उमटली होती. त्यांच्यात आपसात फूट पडण्यास ही लालसा निमित्त ठरू नये, ह्या एकमेव कारणाने द्रौपदीला त्या सर्वांच्या 'संयुक्त पत्नी'चे पद देण्यात आले असावे, हे अधिक सयुक्तिक वाटते. ह्यात स्वयंवराच्या अटीचा उघड उघड भंग होत होता; कारण 'मत्स्यवेध' करणाऱ्यालाच द्रौपदी माळ घालेल अशीच अट होती.

स्वयंवराच्या वेळी अर्जुनाचे वय किती असेल, असा एक प्रश्न इथे उपस्थित होतो. अर्जुनाचे वय त्या वेळी वीस ते पंचवीस वर्षांच्या दरम्यान असावे, असे श्रीमती इरावती कर्वे म्हणतात. हा आकडा एकदा तपासून घ्यायला हवा. कृष्ण ज्या ज्या वेळी पांडवांना भेटतो त्या त्या वेळी तो युधिष्ठिराला आणि भीमाला प्रणाम करतो, नकुल-सहदेवाला आशीर्वाद देतो आणि अर्जुनाची मात्र गळाभेट घेतो. त्यावरून, अर्जुन आणि कृष्ण समवयस्क असावेत असे वाटते. युधिष्ठिर कृष्णापेक्षा मोठा होता ह्याविषयी संदेहच नाही, परंतु स्वयंवराच्या वेळी कृष्णासोबत त्याचे पुत्रसुद्धा होते हे विसरून चालणार नाही.

द्रोणाचार्य हस्तिनापूरच्या राजकुमारांचे आचार्य होते. द्रुपद राजाकडून अपमानित झालेल्या द्रोणाचार्यांनी त्या राजकुमारांकडून योग्य तो विद्याभ्यास करवून घेतला होता. त्या विद्यादानाच्या अंती 'गुरुदक्षिणा' म्हणून त्यांनी द्रुपदाचा पराजय करण्याची राजकुमारांकडे मागणी केली. अर्जुनाने द्रुपदाचा पराभव करून ते गुरू-ऋण चुकविले. आपल्या त्या पराजयाचा सूड घेण्याच्या विचाराने प्रेरित होऊन, द्रोणाचार्यांचा वध करू शकेल अशा पराक्रमी पुत्राची प्राप्ती व्हावी, ह्या हेतूने केलेल्या यज्ञाच्या यज्ञवेदीतून द्रुपदाला धृष्टद्युम्न आणि द्रौपदी ही दोन अपत्ये प्राप्त झाली. द्रुपदासारख्या वीराचा पराजय करतेवेळी अर्जुनाचे वय वीस वर्षांपेक्षा कमी असेल असे मानणे हा भाबडेपणा ठरेल. द्रुपदाच्या त्या पराजयानंतर द्रौपदीचा जन्म झाला असेल तर मग ती विवाहयोग्य वयाची म्हणजे साधारणतः सोळा वर्षांची होईपर्यंत अर्जुन सुमारे पस्तीस ते चाळीस वर्षांचा झाला असेल. ह्याच हिशेबाने, युधिष्ठिर तेव्हा सहजच पंचेचाळिशीच्या आसपास असावा. हा तर्क खरा मानला, तर विवाहाचे वय उलटून गेले होते असे म्हणावे लागेल. हस्तिनापूरचे हे राजकुमार वारणावताला जायला निघाले त्याआधीच ते विवाहयोग्य वयाचे झाले होते असेही म्हणता येईल. तोवर पितामह भीष्मांनी त्यांच्या लग्नाचे काही प्रयत्न केल्याचे आढळून येत नाही. हे कसे काय? सोळा वर्षांच्या द्रौपदीने पंचेचाळीस वर्षांच्या युधिष्ठिराशी लग्न केले असेल? (केले तर आहेच.) गणिती हिशेब लावून 'महाभारता'तील जटिल कोडी उलगडण्याचे

प्रयास करणाऱ्या विद्वानांपुढचे हे असेच एक गणिती कोडे आहे.

अर्थात, इथे मूळ प्रश्न आहे तो कृष्ण आणि द्रौपदी ह्यांच्यातल्या सख्याचा! त्यांचे हे सख्य अंकुरले कधी आणि विकसले केव्हा हे दर्शवणारे संगतवार आणि क्रमबद्ध घटनाप्रसंग मिळत नाहीत. सागराच्या तळाइतके खोल आणि आकाशाहूनही अधिक उंच असे हे सख्य आहे, ह्याचे पुरेसे पुरावे उपलब्ध आहेत. दादा धर्माधिकारींनी आजच्या काळात स्त्री-पुरुष- संबंधांची जी सर्वाधिक पवित्र आणि सर्वोच्च शिखराची कल्पना केली आहे तिला त्यांनी 'brosterhood' असे नाव दिले आहे. 'brother' आणि 'sister' हे दोन शब्द गुंफून त्यांनी 'broster' असा शब्दप्रयोग योजला आहे. अशा प्रकारच्या संबंधांच्या संकल्पनेचे म्हणजेच 'brosterhood' ह्या भाव-कल्पनेचे मूळ कदाचित 'कृष्ण-द्रौपदी' ह्यांच्या ह्या सख्यात असावे. 'कृष्ण' आणि 'द्रौपदी' ह्या दोघांना ह्या भाव-संकल्पनेचे 'जनक-जननी' म्हणता येईल.

अशा ह्या परमसख्याची अत्यंत मुग्ध करणारी आणि तेवढीच पावनकारी हकिकत ह्यानंतर!

◆

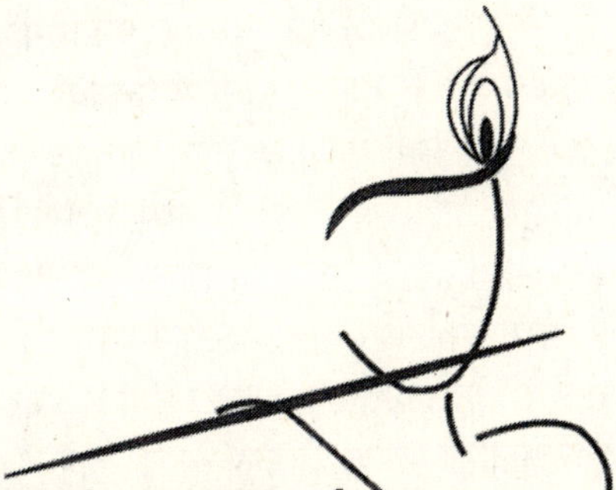

कृष्णा! तूसुद्धा...!

द्यूतात राज्य गमावल्यानंतर द्रौपदीसह पांडवांनी वनवास स्वीकारला आहे, हे कळल्यावर कृष्ण पांडवांना भेटायला वनात गेला. राजसभेत अपमानित झालेली द्रौपदी वनवासामुळे अतिशय व्यथित असताना तशातच कृष्ण तिथे आला आहे. त्या वेळी, कृष्णाला पाहताक्षणीच अनावर होऊन, उफाळून वर आलेली तिची वेदना अत्यंत निकट आत्मीयतेची निदर्शक आहे. अनपेक्षितपणे कोसळलेल्या संकटाचे वेळी, अचानकच कोणी आत्मीय पुढ्यात येऊन उभा ठाकल्यावर एकाकी पडलेली एखादी व्यक्ती जशी अधिकच व्याकूळ होते, तशी कृष्णाला पाहून द्रौपदी कळवळली आहे. त्यावेळच्या तिच्या आक्रोशात जेवढी हतबलता आणि अगतिकता आहे, तेवढी प्रत्यक्ष त्या अपमानातही नाही. दुःख राज्य गमावल्याचे नाही, दुःख वेगळेच आहे.

''मधुसूदना! तूसुद्धा माझा नाहीस का रे? तुलाही झाल्या गोष्टीचे दुःख होत नाही? तूदेखील माझी उपेक्षा करतोस?'' द्रौपदीने उच्चारलेल्या ह्या शब्दांमागचे मर्म समजून घ्यायला हवे. तिच्या मनात कृष्णाचे जे स्थान आहे, कृष्णावर तिचा ज्याप्रकारचा अधिकार आहे, त्यापोटीच तिने हे शब्द उच्चारले आहेत. ''माझे पती माझे नाहीत, पिता, बंधू... कोणी कोणी माझे नाहीत... पण कृष्णा, तूसुद्धा...?

हे 'तूसुद्धा..' म्हणजे शेक्सपिअरचे 'यू टू...'च जणू!

इतर सर्वांहून कृष्ण वेगळा आहे, विशेष आहे. द्रौपदी अपमानित झालेली, वनवासिनी झालेली इतर साऱ्यांनी केवळ पाहावे हे एकवेळ शक्य आहे, पण कृष्ण तिला अशा असहाय अवस्थेत पाहूच कसा शकतो? इथे कृष्ण द्रौपदीला इतर कोणाहीपेक्षा अधिक निकटचा वाटतो आहे, अगदी अर्जुनापेक्षाही विशेष!

दुःशासन द्रौपदीचे वस्त्रहरण करत होता तेव्हा तिला कृष्णाचीच आठवण

आली आहे. पितामह भीष्म, तात धृतराष्ट्र, माता गांधारी आणि महाप्रतापी पाच पती ह्या सर्वांकडून केवळ निराशाच पदरी पडल्यावर द्रौपदीने, "हे कृष्णा! हे गोविंदा! हे गोपीजनप्रिया!" असा कृष्णाचा आर्त धावा केला आहे. "मी तुला शरण आले आहे. आता तूच माझे रक्षण कर," असे म्हणणारी द्रौपदी भक्तिभावनेचे प्रतीक आहे. सर्वांत आधी ज्याचे स्मरण करायला हवे त्याची तिने सर्वांत शेवटी आठवण केली आहे. परमात्म्याला सर्वांत शेवटी स्मरावे, असा ह्याचा अर्थ नसून, मनुष्याने आधी हरतऱ्हेचे प्रयत्न करायला हवेत आणि ते प्रयत्न अपुरे ठरले तर अखेरीस त्या शरणागत-वत्सलाला शरण जाऊन त्याचे रक्षण मागावे, हे त्यांतून ध्वनित होते.

आपण कृष्णाची प्रिय सखी आहोत हे भरसभेत, उघडपणे जाहीर करताना तिला लेशमात्र संकोच वाटत नाही. 'धर्मराज युधिष्ठिराने आधी स्वतःला पणाला लावले होते, की आधी मला पणाला लावले होते,' असा धारदार प्रश्न करताना, 'कृष्णाची प्रियसखी असलेली मी,' असे ती त्या सभेतल्या सर्वांसमोर म्हणते. 'त्या वेळी बावरलेला, व्याकूळलेला कृष्ण तातडीने, अनवाणीच धावत आला,' असे 'महाभारता'त म्हटले आहे.

'उद्योगपर्वात'ल्या एका दृश्याविषयी बरीच चर्चा झाली आहे. कृष्ण द्रौपदीच्या मांडीवर पाय ठेवून पहुडला आहे, आणि अर्जुन सत्यभामेच्या मांडीवर पाय ठेवून निजला आहे, असा एक प्रसंग आहे. हा एक उल्लेख सोडल्यास अन्य कोठेही कृष्ण आणि द्रौपदी ह्यांच्यात कसल्याच शारीरिक निकटतेचा साधा संकेतही नाही. 'आत्मीयतेच्या संदर्भात शारीरिक बंधन निरर्थक ठरते-त्याचे वेगळे अस्तित्वच उरत नाही,' असे 'उद्योगपर्वात'ल्या ह्या गोष्टीतून कदाचित सुचवायचे असेल.

गमावलेले राज्य परत कसे मिळवावे, ह्याबद्दल वनवासातल्या तेराव्या वर्षाच्या अखेरीस विराटनगरीमध्ये, पांडव-पक्षातले सर्व राजे विचार करत होते. त्या वेळी कृष्णाने अगदी स्पष्ट शब्दांत युद्धाला विरोध केला आहे. 'पांडव आणि कौरव दोन्ही मला एकसमान आहेत,' असे त्याने म्हटले आहे; पण शिष्टाईसाठी हस्तिनापूरला जायला निघताना मात्र त्याचे हे मत बदललेले दिसते. हस्तिनापूरला जायला निघायच्या क्षणी कृष्ण द्रौपदीला भेटतो तेव्हा द्रौपदी त्याला म्हणते, "हे कृष्णा, मी तुझी प्रिय सखी... आणि कृष्णा, दुःशासनाने ओढलेले माझे हे केस... तू विसरू नकोस!" ...आणि साक्षात योगेश्वर भगवंत कृष्ण द्रौपदीचे ते मोकळे केस पाहून द्रवतो. "द्रौपदी, तुझे केस दुःशासनाच्या रक्ताने निश्चितच माखले जातील," ह्या शब्दांत तिचे सांत्वन करतो. शिष्टाईच्या उद्देशावर ह्या सांत्वनपर शब्दांची छाया न पडली तरच नवल!

अशी ही द्रौपदी-कृष्णाची प्रिय सखी द्रौपदी - वस्त्रे पुरवून कृष्णाने जिची लाज राखली होती-दुःशासनाच्या रक्ताने केस माखले जातील, असे जिचे सांत्वन केले

होते-युद्ध न करण्याचा निश्चय ज्या सखीच्या चेहऱ्यावरची व्यथा पाहून विरघळला होता- त्या द्रौपदीने युद्धाच्या अठराव्या दिवशी मध्यरात्री जे म्हटले ते निखालसपणे निभावून नेणे केवळ त्या कृष्णालाच शक्य होते. कंसवधानंतर, विकद्रूने कृष्णाला मथुरा सोडून निघून जायला सांगितले होते, त्याहूनही अधिक अवघड गोष्ट द्रौपदीने कृष्णाला ऐकवली आहे.

अठराव्या दिवशी मध्यरात्री अश्वत्थाम्याने पांडवांच्या शिबिरात शिरून, निद्रित अवस्थेत असलेल्या पाच द्रौपदी-पुत्रांची हत्या केली. त्या वेळी द्रौपदीने केलेल्या विलापाचे दृश्य हृदयद्रावक आहे. पाच पुत्र आणि बंधू सेनापती धृष्टद्युम्न असे सहाच्या सहा जण मारले गेले आहेत. त्यांची हत्या करणाऱ्या अश्वत्थाम्याला शिक्षा करण्यासाठी भीम त्याच्या मागे धावत गेला आहे, अशावेळी कृष्ण युधिष्ठिराला म्हणतो, ''धर्मराजा, अरे ह्या भीमाला आवर! आता हे काम भीमाचे नसून अर्जुनाचे आहे!'' कृष्णाला भीमाच्या शक्तीबद्दल मुळीच संदेह नसला तरी त्या क्षणी अश्वत्थाम्याने युद्धाचे सगळे नियम गुंडाळून ठेवले आहेत. त्याच्या पित्याने म्हणजेच द्रोणाचार्यांनी त्याला अमोघ असे 'ब्रह्मास्त्र' शिकवले आहे. 'ब्रह्मास्त्रा'चा उपयोग भीमावर करणे योग्य नव्हे हा युद्धशास्त्राचा नियम अश्वत्थामा आता पाळणार नाही, हे कृष्णाने जाणले आहे. भीमावर 'ब्रह्मास्त्र' सोडले गेले तर भीम त्याचा प्रतिकार करू शकला नसता आणि एकदा सोडलेले 'ब्रह्मास्त्र' व्यर्थही जाऊ शकत नव्हते! त्या अस्त्राचा प्रतिकार करणे केवळ अर्जुनालाच शक्य होते आणि म्हणूनच कृष्ण भीमाला आवरू पाहत होता.

रोष, वैराग्नी आणि अतीव व्यथा ह्या भावनांमुळे जणूकाही भान हरवून बसलेली द्रौपदी ह्याप्रसंगी सारासार-विवेक गमावून बसली आहे. 'भीमाला आवर' म्हणण्यामागच्या कृष्णाच्या हेतूविषयी शंका घेऊन ती कृष्णावर अतिशय हीन असा आरोप करते. आपल्या पुत्रांची हत्या करणाऱ्या अश्वत्थाम्याला तिथून निसटून जायला, सुरक्षित स्थळी पोहोचायला पुरेसा वेळ मिळावा ह्या उद्देशाने तो भीमाला आवरण्याची सूचना युधिष्ठिराला देत आहे, असा ती टोमणा मारते.

वर वर पाहता, द्रौपदीचा टोमणा म्हणजे तिने कृष्णावर दाखवलेला अविश्वास आहे असे कोणालाही वाटेल; परंतु खरेतर तो एका मातेच्या हृदयीचा आक्रोश आहे. पाचही पुत्रांच्या मृत्यूमुळे तिचा सारासार विचार हरपला आहे. अर्जुनाची दुसरी पत्नी सुभद्रा ही कृष्णाची बहीण आहे. सुभद्रेविषयी द्रौपदीच्या मनात आतापर्यंत दबून बसलेला सवतीमत्सर ह्या प्रसंगी उसळी मारून वर आला असण्याचीही शक्यता आहे. त्यातूनच तिने कृष्णाच्या हेतूबद्दल नकळत परंतु अत्यंत मलिन हेत्वारोप केला असावा, असे वाटते. कटू वचने - केवळ शंकेपोटी - तीदेखील प्रिय सखी द्रौपदीच्या तोंडून यावीत ह्या गोष्टीची अपार वेदना केवळ कृष्णच सहन

करू जाणे! असाधारण महामानवाखेरीज अन्य कोणाला ते जमण्यासारखे नाही

महायुद्धाच्या पूर्वसंध्येला, 'पांडव आणि कौरव मला एकसमान आहेत,' अशी तटस्थता धारण करणारा कृष्ण, 'मी युद्ध करणार नाही,' असे स्पष्टपणे म्हणणारा कृष्ण आपली ही विधाने विसरला तो केवळ आपल्या प्रिय सखीला भोगाव्या लागलेल्या दशेची आठवण ठेवून! द्रौपदीबद्दल वाटणाऱ्या अपार प्रेमाने त्याला अन्य गोष्टी विसरायला लावले आहे. जिच्यासाठी हा महामानव युगपुरुष घडीभर आपली वचनेदेखील विसरला, त्याच प्रिय सखीने पुत्र-हत्याप्रसंगी त्याच्यावर अत्यंत मलिन हेत्वारोप केले ही घटना मानवी नात्यांच्या इतिहासात एक अनोखे स्थान निर्माण करणारी आहे.

गुजरातमधील एक मध्ययुगीन कवी 'अखा' ह्यांच्या आयुष्यात असाच एक प्रसंग घडला होता. कवी 'अखा' ह्यांच्या मानलेल्या बहिणीने एकदा त्यांच्या प्रामाणिकतेबद्दल शंका घेतली होती. आपल्या दागिन्यांच्या सोन्यात कवी 'अखां'नी भेसळ केल्याची शंका तिने बोलून दाखवली होती. खरेतर तिच्या दागिन्यांमध्ये 'अखां'नी थोड्या सोन्याची भरच टाकली होती! बहिणीने आपल्याविषयी घेतलेल्या शंकेने व्यथित झालेले 'अखा' त्या प्रसंगानंतर संसाराचा त्याग करून भक्तकवी बनले!

...परंतु कृष्ण तर युगपुरुष होता!

द्रौपदीचा तो आक्षेपही कृष्णाने करुणा भावनेने सहन केला. कृष्णाने आपली कर्मभूमी सोडली नाही. अश्वत्थाम्याला मणिविहीन करून, उत्तरेचा गर्भ पुन्हा जीवित करून त्याने आपली कर्मभूमी अधिकच उज्ज्वल करून टाकली.

◆

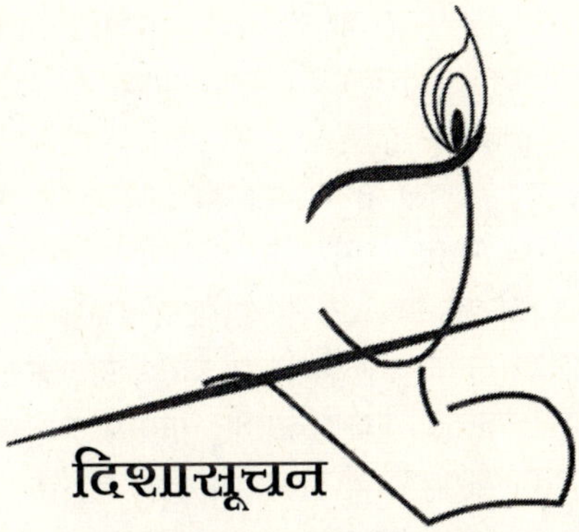

दिशासूचन

'धर्म' ह्या शब्दाचा आज जो अर्थ प्रचलित आहे, त्या अर्थाने तो 'महाभारता'त प्रयोजलेला नाही. जगातल्या सर्वाधिक समृद्ध भाषांमध्ये जिची गणना केली जाते, त्या इंग्रजी भाषेत धर्म शब्दाचा अर्थ 'रिलिजन'-एक धार्मिक संप्रदाय-असा आहे. 'महाभारता'त धर्म शब्दाची जेवढी व्याप्ती आहे, तेवढी इतरत्र कोठेही आढळणार नाही.

'महाभारता'त कृष्णाचे प्रथमच दर्शन घडते त्या वेळी लगेच त्याच्या तोंडी 'धर्मतः' असा शब्द आहे. 'महाभारतात'ले कृष्णाचे हे प्रथम दर्शन द्रौपदी स्वयंवराच्या प्रसंगी घडते. त्या वेळी त्याच्यासोबत त्याचे प्रद्युम्न आदी पुत्रही आहेत. त्याअर्थी कृष्णाचे वय तेव्हा पस्तीस वर्षांपेक्षा नक्कीच जास्त असणार, असा श्रीमती इरावती कर्वे यांनी अंदाज बांधला आहे. त्यानंतर 'धर्मतः' शब्दाची व्याप्ती कृष्णजीवनात उत्तरोत्तर वाढतच गेली आहे.

माणसाने 'धर्मतः' म्हणजे धर्मानुसार वर्तन करावे, ही गोष्ट सदैव वांछनीय समजली गेली आहे. असे असले तरी, माणसाच्या आयुष्यात कित्येकदा असे प्रसंग उद्‌भवतात ज्या वेळी त्याच्या दोन 'धर्मांत' म्हणजेच दोन प्रकारच्या इच्छनीय कर्तव्यांत संघर्ष निर्माण झालेला असतो. ह्यालाच आपण 'धर्मसंकट' असे म्हणतो. माणसाचा एक धर्म आणि त्याचा दुसरा धर्म परस्परांना जणू छेद देत असल्यासारखे एकाच बिंदूपाशी केंद्रित होत असतील, अशाप्रसंगी त्याने काय करावे? ह्या लाखमोलाच्या प्रश्नाची उकल कृष्णाच्या जीवनदर्शनातून सहजगत्या होते. कृष्णाच्या जीवनदर्शनाचा हाच तर सर्वांत अधिक आकर्षक पैलू आहे!

विचक्षण बुद्धिमत्ता आणि व्यवहारपटुत्व हे दोन गुण मुळातच अतिशय आकर्षक आहेत. कदाचित ह्याच दोन गुणांमुळे गेली शेकडो वर्षे, कृष्णाला केवळ

युगपुरुष नव्हे, तर - ईश्वराचा अंश - साक्षात ईश्वर मानले गेले आहे. कृष्णाच्या ह्या दोन गुणांमुळे त्या युगात त्याला 'युगपुरुष' म्हटले जावे हे स्वाभाविकच आहे. कृष्णाची व्यवहारपटुता म्हणजे आजच्या काळात आपण ढोबळ मानाने ज्याला व्यवहारपटुत्व म्हणतो ते व्यवहारकौशल्य नव्हे. कृष्णाची विचक्षण बुद्धी आणि व्यवहारपटुत्व सतत 'धर्मतः'च वापरले गेले आहे आणि कृष्णाच्या 'धर्मतः' आचरणात कोठेही स्व-हित साधण्याचा हेतू अजिबात नाही. आपली जीवनदृष्टी शिष्टाईच्या प्रसंगी कृष्णाने स्वमुखाने बोलून दाखवली आहे... 'कुलासाठी (कुलाच्या हितासाठी) व्यक्तीचा त्याग करावा, गावासाठी कुलाचा त्याग करावा, देशासाठी गावाचा त्याग करावा आणि आत्म्यासाठी ह्या सर्वांचा त्याग करावा' (उद्योगपर्व, अध्याय १२६) असे म्हणण्यामागच्या 'धर्मभावने'कडे संकुचित अर्थाने बघणे योग्य होणार नाही. व्यापक 'धर्मा'च्या रक्षणार्थ संकुचित 'धर्मा'चा बळी द्यावा लागतो, (व्यापक कर्तव्यपूर्तीसाठी तुलनेने लहान हिताचा त्याग करावा लागतो) हाच खरा धर्म आहे. कृष्णाचे धर्माचरणही तसेच आहे.

कृष्णजीवनाचा हा पैलू यथार्थ ठरवणारे काही प्रसंग बघू या.

द्रौपदी-स्वयंवराला हजर असलेले पांडव तापसवेशधारी आहेत. पांडव लाक्षागृहात मृत्यू पावले, असा सर्वसाधारण समज असताना आणि पांडव जिवंत असल्याचीदेखील कोणाला माहिती नसताना अनेक जणांच्या समूहात बसलेल्या, तापसवेशातील पाच ब्राह्मणांकडे दुरूनच पाहून कृष्ण आपला वडीलभाऊ बलराम ह्याच्या कानात कुजबुजतो, "हे तपस्वी ब्राह्मण वाटत नाहीत. त्यांचे चेहरे राजपुत्रांसारखे दिसतात. ते गुप्त वेषधारी पांडवच असले पाहिजेत, असे मला वाटते." कृष्णाच्या विचक्षण निरीक्षणशक्तीचे हे उत्तम उदाहरण आहे.

ह्या आधी कृष्णाने पांडुपुत्रांना कधीच बघितलेले नाही. त्यांच्याबद्दल कृष्णाला केवळ कर्णोपकर्णी माहिती मिळाली आहे. फक्त तेवढ्या माहितीच्या आधारे, कृष्ण त्या ब्राह्मणांच्या देहयष्टीवरून ते पांडव आहेत असे ओळखून काढतो.

मत्स्यवेध झाल्यावर, सभेत हजर असलेले परंतु द्रौपदीला स्वयंवरात जिंकण्यास असमर्थ ठरलेले सर्व राजे विरोध करण्यासाठी युद्धाचे आव्हान देतात त्या वेळी भीम त्यांच्या प्रतिकारास सिद्ध होतो. स्वतः मुळासकट उपटलेला वृक्ष हाताने उंच उभारून भीम अर्जुनाच्या सन्निध उभा ठाकतो. वृकोदर भीमाखेरीज इतर कोणीही हे कृत्य करूच शकणार नाही, अशा सहज निष्कर्षाने कृष्ण पुन्हा एकदा बलरामाला म्हणतो, "दादा, हे पांडवच आहेत."

पांडव प्रगट झाले. कृष्णाने पांडवांना कसे काय ओळखले, ह्या युधिष्ठिराच्या प्रश्नाला 'अग्नीची ठिणगी गुप्त राहू शकत नाही,' असे कृष्णाने अगदी सहज उत्तर दिले. कोण्या दैवी शक्तीच्या साहाय्याने नव्हे तर मानवसहज निरीक्षणशक्ती आणि

बुद्धिचातुर्य ह्यांच्या साहाय्यानेच कृष्णाने पांडवांना ओळखले होते.

मत्स्यवेध करण्यात अर्जुन सफल झाल्याने संतप्त झालेल्या राजांना उद्देशून कृष्णाने जे म्हटले त्यातून कृष्णाचे धर्म-आकलन प्रकट होते. द्रौपदी-स्वयंवरासाठी मत्स्यवेध ही अट होती. अर्जुनाने मत्स्यवेध केला आहे. हे धर्मानुसार झाले आहे. तर मग आता त्याला द्रौपदी प्राप्त होऊ नये ह्यासाठी युद्ध करण्यात कोणता धर्म आहे? ते युद्ध धर्मविरुद्ध होते ह्या कृष्णाच्या धर्ममीमांसेमुळे, युद्धासाठी शस्त्रे परजून सिद्ध झालेल्या राजांवर अचूक नेम साधला गेला. धर्माविरुद्ध असणारे कोणतेही युद्ध त्या काळच्या राजांना मान्य नव्हते. अशाप्रकारे कृष्णाने संभाव्य रक्तपात सहजपणे टाळला आहे.

ह्या ठिकाणी एका उपकथेचा उल्लेख करायला हवा.

द्रौपदी पाच भावांची संयुक्त पत्नी होणार, हे कळल्यावर द्रुपद युधिष्ठिराला म्हणतो, ''हे वीरा, तुम्ही सर्वांत थोरले आहात ह्या न्यायाने तुमच्या आधी तुमच्यापेक्षा लहान भावाचा विवाह करू नये, असे वाटत असेल तर तुम्ही स्वतःच द्रौपदीचा पत्नी म्हणून स्वीकार करा.'' भीम युधिष्ठिराचा अनुज असूनही द्रौपदी-स्वयंवरापूर्वीच त्याचे हिडिंबेशी लग्न झाले आहे आणि ते युधिष्ठिराच्या संमतीने झाले आहे, हे येथे लक्षात घेण्याजोगे आहे. मग, द्रुपदाची ती सूचना 'धर्मतः' म्हणता येईल का? द्रौपदी-स्वयंवराची अट युधिष्ठिराने पूर्ण केली नव्हती, अर्जुनाने केली होती. स्वयंवरासाठी घालून दिलेल्या अटीच्या पलीकडे जाऊन विजयाची वरमाला अशी कोणाच्याही गळ्यात घालता येते का? ह्यात द्रौपदीच्या पसंती-नापसंतीचा प्रश्नच येत नाही. द्रुपदाच्या सूचनेच्या उत्तरादाखल युधिष्ठिराने जे म्हटले ते तर मूळ सूचनेपेक्षाही अधिक प्रश्न निर्माण करणारे आहे. युधिष्ठिर म्हणतो, ''प्राप्त झालेल्या कोणत्याही रत्नाचा आम्ही पाचही भावांनी संयुक्तपणे उपभोग घ्यावा, अशी आमची प्रतिज्ञा आहे. (आदिपर्व : अध्याय १८७, श्लोक २४). ह्या प्रतिज्ञेअनुसार आम्ही द्रौपदीशी विवाह करू.'' आता प्रश्न असा पडतो, की रत्न उपभोगण्याच्या प्रतिज्ञेचा द्रौपदीपर्यंत विस्तार करता येतो का? रत्नाचा उपभोग ही स्थूल धनवैभवापुरती मर्यादित बाब आहे; ती जर सजीव स्त्रीपर्यंत लागू होत असेल तर मग उलुपी, चित्रांगदा आणि सुभद्रा ह्यांच्याशी अर्जुनाचे किंवा हिडिंबेशी भीमाचे लग्न झाले त्या वेळी ह्या प्रतिज्ञेचे कोणालाच स्मरण कसे झाले नाही? ह्या स्त्रिया म्हणजे 'रत्ने' नव्हती काय?

दुसरा प्रसंग राजसूय यज्ञाच्या वेळचा आहे.

इंद्रप्रस्थ निर्माण करून झाले होते. पांडवांच्या वेगळ्या राज्याची स्थापनासुद्धा झाली होती. तेव्हा युधिष्ठिराने राजसूय यज्ञ करण्याचा विचार केला. आपला विचार अमलात आणण्यापूर्वी कृष्णाचा सल्ला घ्यावा, असे त्याने ठरवले. कृष्णाचा

सल्ला धर्मप्रेरित आणि मौल्यवान असल्याचा पुरेसा अनुभव सर्व पांडवांना असल्याने, राजसूय यज्ञ करण्याची आपली योग्यता तसेच त्यासंबंधी कृष्णाच्या भावना युधिष्ठिर कृष्णाला विचारतो. कृष्णाने दिलेल्या उत्तरातून पुन्हा एकदा कृष्णाची धर्मबुद्धी आणि त्याचा विचक्षणपणा यांचे दर्शन घडते.

कृष्ण म्हणतो, हे राजन्, राजसूय यज्ञ करण्यासाठी तू सर्वाधिक योग्य व्यक्ती आहेस याविषयी मुळीच संदेह नाही; परंतु आज जे जे राजे राज्य करत आहेत ते सगळे, परशुरामांनी ज्यांची हत्या केली होती त्या राजांहूनही निकृष्ट कोटीचे झाले आहेत.'' (सभापर्व : अध्याय १३, श्लोक १-२)

ह्या ठिकाणी कृष्णाचा इशारा जरासंधाकडे आहे. जरासंध कृष्णाचा जुना वैरी आहे हे खरे असले, तरी आपल्या त्या जुन्या वैरभावनेतून कृष्णाने हे म्हटलेले नाही. अशा प्रकारची वैरभावना कृष्णाच्या अवघ्या जीवनात कोठेही कधीच प्रकट झालेली नाही. केवळ व्यापक हिताचे रक्षण करण्यासाठीच कृष्णाने शस्त्राघात केला आहे अथवा शत्रूचा घात घडवून आणला आहे. शहाऐंशी राजांची राज्ये जिंकून घेऊन जरासंधाने त्यांचे प्रदेश स्वतःच्या राज्याला जोडून टाकले होते आणि त्या सर्व राजांना कारागृहात डांबून ठेवले होते.

राज्ये जिंकणे हा क्षत्रियांचा धर्मच होता; पण तो विजय सांकेतिक असे. त्यात, कोणतेही राज्य खालसा करून आपल्या राज्यात विलीन करून टाकण्याचा भागच नव्हता. तसे करणे धर्मविरुद्ध समजले जात होते. अशावेळी, एवढ्या मोठ्या संख्येने राजे एका बलवान राजाच्या तुरुंगात बंदी करून ठेवण्याच्या ह्या अधर्माचरणाचे जोपर्यंत निवारण होत नाही तोपर्यंत युधिष्ठिराने राजसूय यज्ञ करावा, हे कितपत उचित ठरले असते? सर्वप्रथम जरासंधाचा वध करावा असे कृष्णाने सुचवले आहे. जोवर जरासंधाचा वध करून कारागृहातून त्या राजांना मुक्त केले जात नाही तोवर युधिष्ठिराने राजसूय यज्ञ करू नये, असे स्पष्ट मत कृष्णाने मांडले आहे.

जेव्हा जेव्हा आणि जिथे जिथे मत प्रदर्शित करण्याचा प्रसंग उद्‌भवला आहे तेव्हा कृष्णाने अस्पष्ट अथवा एकापेक्षा अधिक अर्थ निघू शकतील, असे मुत्सद्दीपणाने भरलेले शब्द कधीच वापरले नाहीत. अत्यंत स्पष्ट शब्दांत त्याने आपले म्हणणे मांडले आहे, मग तो प्रसंग राजसूय यज्ञाच्या वेळचा असो, विराटनगरीमधील युद्धाच्या निर्णयाचा असो, अर्जुनाने केलेल्या सुभद्राहरणाचा असो, कुरुक्षेत्रातील 'गीतोपदेशा'चा असो व अन्य कोणताही असो! असे असंख्य प्रसंग दाखवून देता येण्यासारखे आहेत.

आपले स्पष्ट मत मांडून झाल्यानंतर त्या मताप्रमाणेच घडले पाहिजे, असा आग्रह मात्र कृष्ण मुळीच धरत नाही. आपल्याला अभिप्रेत असेल ते सांगून टाकल्यावर कृष्ण म्हणतो, ''हे राजा, हे माझे मत आहे; परंतु आता तू स्वतः

विचार कर आणि तुला योग्य वाटेल तो निर्णय घे.''

कुरुक्षेत्राच्या रणभूमीवरही, धर्माच्या सूक्ष्म तत्त्वांचे विवेचन करून झाल्यानंतर कृष्णाने अर्जुनाला हेच सांगितले आहे. 'शाधि मां त्वां प्रपन्नम्...' मी तुला शरण आलो आहे,' असे म्हणून, गांडीव धनुष्य टाकून देऊन खाली बसलेल्या अर्जुनाला कृष्णाने 'गीतोपदेश' केला आणि तो उपदेश अर्जुनाने अंततः मानला देखील... 'ॐनष्टो मोहः स्मृतिर्लब्धा त्वत्प्रसादान्मयाच्युत...' 'तुझ्या कृपेने माझा मोह नष्ट झाला आहे.' कालांतराने, ही 'कृपा' भावना लोप पावल्यावर तिचा प्रभावही पोकळ ठरणार आहे, ह्याची कृष्णाला कल्पना आहे त्यामुळे, ह्या वेळीसुद्धा कृष्णाने पुन्हा तेच म्हटले आहे, 'यथेच्छसि तथा कुरु'- मी तुला सांगावे असे जे जे होते ते सर्व मी सांगितले आहे. आता तू स्वतः विचार करून तुला जे योग्य वाटेल ते कर.'

अशा रीतीने, कृष्ण आपल्या पदाचा वा व्यक्तित्वाचा प्रभाव टाकून कोणतेही काम करवून घेत नाही. माणसाची बुद्धी आणि आकलनशक्ती यांना तो योग्य दिशेने घेऊन जातो आणि त्यानंतर ती आकलनशक्ती आणि बुद्धी धर्मप्रेरित असेल तर योग्य-अयोग्याचा निर्णय करण्याचे त्याच्यावरच सोपवून देतो. मानवाच्या जीवनात प्रकाश पसरवण्याचे कार्य कृष्ण करतो. माणसाने आपले डोळेच बंद करून घेतले, तर मात्र ह्या प्रकाशाचा त्याला काही उपयोग नाही!

◆

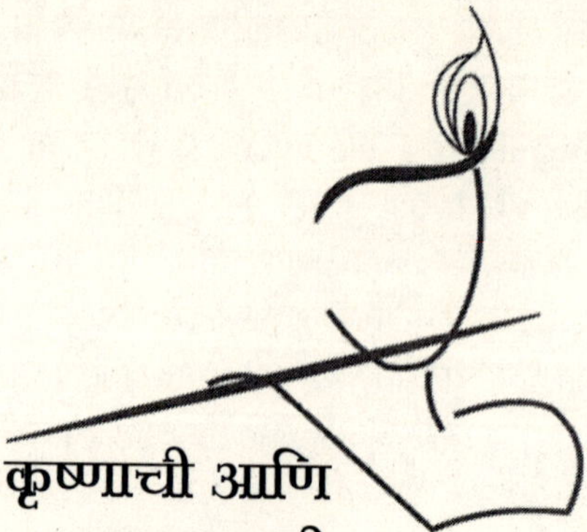

दृष्टी : कृष्णाची आणि धृतराष्ट्राची

पांडव वीर होते, पराक्रमी होते, बुद्धिमान होते आणि बहुतांशी धर्माचारीसुद्धा होते. बुद्धिमत्तेबद्दल बोलायचे तर, ज्येष्ठ पांडव युधिष्ठिराचे काही प्रसंगांतील वर्तन त्याच्या बुद्धिमत्तेचा आलेख फारसा उंचावणारे नाही. दखल घेण्याजोगे सर्वांत मुख्य उदाहरण द्यूतसभेच्या वेळचे आहे. काही अपवाद सोडल्यास साधारणपणे, पांडवांनी धर्माचरणच केले आहे. त्यांची बाजू धर्माची होती हे जरी खरे असले तरी, ज्या ज्या वेळी त्यांना विजय वा यश अथवा सिद्धी प्राप्त झाली आहे त्या त्या वेळी त्यांना कृष्णाचे प्रत्यक्ष अथवा अप्रत्यक्ष साहाय्य मिळाले आहे. कृष्णाचे साहाय्य बाद केले तर पांडवांचे स्वतःचे असे यश फारच कमी उरेल. राजसूय यज्ञदेखील कृष्णाच्या सल्ल्यावरूनच करण्यात आला. खांडववनदहन आणि इंद्रप्रस्थाची रचना ह्या दोन्ही गोष्टी कृष्णानेच घडवून आणल्या. कृष्णाची कुशाग्र बुद्धी आणि त्याचे विचक्षण व्यवहारपटुत्व-तेही धर्माची भूमिका न सोडता - ह्यांचा पांडवांना त्या त्या वेळी लाभ झाला नसता तर पांडवांचा सर्वनाशच झाला असता हे दर्शवणारे अनेक प्रसंग 'महाभारता'त आहेत.

द्यूत खेळणे हा अधर्म आहे आणि द्यूताचा परिणाम सर्वनाश करणारा आहे हे सत्य जाणत असूनही युधिष्ठिर द्यूताचे आमंत्रण स्वीकारतो. द्यूताचा पट मांडून झाल्यानंतर तो 'हे क्षत्रियाचे काम नव्हे, ह्यात नीती नसते, अप्रामाणिकता असते...' अशी पोपटपंची करतो; परंतु शकुनीने आव्हान दिले असता, 'ठीक आहे, आव्हान मिळाल्यावर मी आता मागे हटणार नाही. जसे माझे नशीब असेल तसे होईल,' असे म्हणून द्यूत खेळायला मान्यता देतो. एक एक करत सर्वकाही तो हरत जातो.

तेही एकवेळ ठीक, पण द्रौपदीला पणाला लावून हरल्यानंतर तो पुन्हा एकदा आणखी एक डाव खेळतो त्या वेळी मात्र त्याने मूर्खपणाच्या सगळ्या सीमा ओलांडल्या आहेत असे वाटते.

द्रौपदी वस्त्रहरण युधिष्ठिराच्या डोळ्यांसमोर घडले आहे. आपली मांडी ठोकून दुर्योधनाने सर्वांसमक्ष स्वतःच्या अधमवृत्तीचा परिचय दिला आहे. शकुनीच्या द्यूतातील कौशल्यापुढे आपला कधीच टिकाव लागणे शक्य नाही, ह्याचा युधिष्ठिराला साक्षात्कार होऊन चुकला आहे. सर्वनाश होण्याच्या भयाने, धृतराष्ट्राने पांडवांना दास्यातून मुक्त करून 'इंद्रप्रस्था'चे राज्य पुन्हा त्यांच्या स्वाधीन केले आहे. अशाप्रकारे एक दुःस्वप्न टळून गेले असताना शकुनीने पुनश्च एकदा युधिष्ठिराला ललकारले आणि तेरा वर्षांच्या वनवासाचा पण लावून दोन्ही पक्षांनी आणखी एकच डाव खेळावा, असे सुचवले.

अगदी सर्वसामान्य समजशक्ती असलेला माणूससुद्धा ही गोष्ट मान्य करणार नाही; पण धर्मराजाने मात्र तेरा वर्षांच्या वनवासाची अट स्वीकारून तो जुगार खेळायचे मान्य केले! ...आणि त्याच क्षणी तेरा वर्षांचा वनवास त्याच्या नशिबी लिहिला गेला. शकुनीने तर म्हणून टाकले, "जितं इत्येव..."

युधिष्ठिराच्या ह्या उघड उघड मूर्खपणामागे, त्याच्या 'धर्मपुरुष' ह्या लौकिकाला न साजेसा धूर्तपणा आहे. आरण्यक-पर्वाच्या पस्तिसाव्या अध्यायात त्याचा पुरावा सापडतो. द्यूत खेळायला तयार होण्यामागे युधिष्ठिराच्या मनात असा हीनपणा आणि लबाडी होती, हे वाचताक्षणीच 'हा संवाद मागाहून घुसडलेला असावा,' असे वाटले, तरी हा संवाद नंतर जोडलेला नाही. मुळातल्या 'जयसंहिते'त तो स्वीकारला गेला आहे. श्री. के. का. शास्त्री यांनी संपादित केलेल्या मूळ 'जयसंहिते'च्या, ८८०१ श्लोकांच्या आवृत्तीतदेखील ह्या संवादाचा समावेश आहे.

वनवासाच्या आरंभीच्या काळात एकदा भीम-अर्जुनादी भावंडे आणि पत्नी द्रौपदी युधिष्ठिराला द्यूत खेळण्याबद्दल दोष देतात. 'इतके समर्थ असूनही आपण असा वनवास का म्हणून भोगावा,' असे त्यांना वाटत आहे. आत्ताच युद्ध पुकारून गमावलेले राज्य परत मिळवण्यासाठी सर्व जण अधीर झाले आहेत. 'वर्ष' ह्या शब्दाचा अर्थ 'मास' म्हणजे महिना असाही होतो, म्हणून 'तेरा वर्षे' म्हणजे 'तेरा महिने' असा अर्थ लावावा असे भीम सुचवतो. त्या वेळी युधिष्ठिराचे धर्मरूप प्रकट झाले आहे.

तो म्हणतो, "द्यूत खेळताना माझ्या मनात वर्ष म्हणजे मास नव्हे तर बारा महिने हाच अर्थ अभिप्रेत होता, तेव्हा आता त्यात काही बदल होणे शक्य नाही." हाच धर्मराज, आपण दोन दोनदा द्यूत का खेळलो, ह्याचा खुलासा करताना जे म्हणतो ते मात्र त्याच्या ह्या वृत्तीशी अगदी विसंगत आहे. युधिष्ठिर म्हणतो,

"धृतराष्ट्राच्या पुत्रांकडून त्यांचे राज्य आणि धनसंपदा हिरावून घेण्याच्या इराद्याने मी द्यूताच्या फाशांचा आश्रय घेतला होता, पण शकुनीने कपटाने माझा डाव उलटलेला आणि आपल्यावर ही वेळ आली!"

युधिष्ठिराच्या म्हणण्याचा अर्थ स्पष्ट आहे. द्यूत खेळण्यामागे त्याच्याही मनात पाप होते! दुर्योधन ज्याप्रमाणे द्यूताच्या फाशांच्या मदतीने पांडवांचे सर्वस्व हिरावून घेऊ पाहत होता, त्याचप्रकारे फाशांच्या खेळातून अशीच संधी साधायचा युधिष्ठिराच्या डाव होता असा स्पष्ट उल्लेख आहे. हे जर खरे असेल तर, जमिनीपासून चार अंगुळे वर चालणारा युधिष्ठिराचा रथ 'नरो वा कुंजरो वा' म्हटल्यावर चार अंगुळे खाली उतरला होता त्या ऐवजी तो युधिष्ठिराच्या हीन भावनेमुळे ह्याच वेळी खाली उतरला होता, असे म्हणावे लागेल.

पांडव वनवासात असताना कृष्ण जेव्हा त्यांना भेटतो त्या वेळी पांडवांच्या दुर्दशेबद्दल वाटणारा खेद प्रगट करून तो लगेच म्हणतो, "मी त्या वेळी तिथे हजर असतो तर तुला द्यूत खेळू दिले नसते." खरोखरच, कृष्ण त्या वेळी तिथे असता तर द्यूत घडतेच ना! पांडवांना कृष्णाचा सल्ला अथवा मदत मिळू शकली नाही, असा हा एकच प्रसंग आहे. कृष्णाच्या त्या अनुपस्थितीमुळे कसा सर्वनाश उद्‌भवला हे वेगळे सांगायची गरज नाही. ('महाभारता'च्या पुणे आवृत्तीच्या आदिपर्व, अध्याय-१, श्लोक : ९२-९३ मध्ये मात्र कृष्णाने नाखुशीनेच का असेना, पण द्यूताला संमती दिली होती असा उल्लेख आहे.)

कृष्णाने केलेले धर्मभावनेच्या व्यापक मूल्यमापनाचे सुंदर उदाहरण म्हणजे शिष्टाई-प्रसंग! महायुद्ध अनिवार्य होत चालले आहे. दोन्ही पक्ष तलवारी उपसून तयार आहेत. समग्र आर्यावर्त दोन पक्षांत विभागले जाऊन महाविनाशाच्या उंबरठ्यावर उभे ठाकले आहे. अशा वेळी, युद्ध टाळण्याचा शेवटचा प्रयत्न म्हणून स्वतः कृष्ण शिष्टाईसाठी हस्तिनापूरला जातो. समेटाचा हा अखेरचा प्रयत्नसुद्धा सफल होताना दिसत नाही आणि धृतराष्ट्रच काय, पण खुद्द द्रोण अथवा भीष्मदेखील दुर्योधनाला त्याच्या दुराग्रहापासून परावृत्त करू शकत नाहीत, हे कळल्यावर भरसभेत कृष्ण जे म्हणतो त्यातील एक गोष्ट विशेष नोंद घेण्याजोगी आहे.

कृष्णाने विशेषतः भीष्म-धृतराष्ट्र आदी वडीलधाऱ्यांना उद्देशून हे म्हटले आहे (उद्योगपर्व, अध्याय १२६) : "कुरुवंशातील तुम्हा ज्येष्ठांनी ह्या क्षणी करण्यासारखे एकच काम आहे, ह्या दुर्योधनाला आणि त्याला साथ देणाऱ्या सगळ्यांना बंदिवान करून तुम्ही सारे पांडवांशी समेट करून घ्या." आपल्या सूचनेच्या समर्थनार्थ तो पुढे म्हणतो, "ह्यापूर्वी आमच्या कुळातही असाच एक विनाशकारी प्रसंग घडला होता. यादवकुळे छिन्नभिन्न होण्याची ती वेळ कंसामुळे आली होती. आम्ही तेव्हा उचित असेच पाऊल उचलले होते आणि त्यामुळेच आता वर्षानुवर्षे आमचे समग्र

कूळ एकजुटीने संपत्ती आणि ऐश्वर्य भोगत आहे. ज्याच्यामुळे अवघ्या कुळाचा नाश व्हायची वेळ आली होती त्या कंसांचाच आम्ही नाश केला. कंसाचा वध करून आम्ही सर्व यादवकुळे पुन्हा एकवार एकत्रित झालो. हे कुरुनंदनांनो, आमचे उदाहरण अनुसरून तुम्हीसुद्धा महाविनाशापासून स्वतःला वाचवा.''

आपला पिता उग्रसेन ह्याला कारागृहात बंदी करून कंसाने मथुरेचे गणतंत्र नष्ट केले, त्या इतिहासावर कृष्णाच्या वरील विधानाच्या संदर्भात पुन्हा एकदा दृष्टिक्षेप टाकू या. कंस सर्वसत्ताधीश होताच, अक्रूरासारख्या ज्येष्ठ यादवांनी त्याचे समर्थन केले नसले तरी ते कंसासोबत राहिले हे तर खरेच! 'सात्यकी' आणि 'भूरिश्रवा' हे दोघे यादववीर कुरुक्षेत्रावर एकमेकांविरुद्ध लढले होते आणि 'सात्यकी'च्या हातून 'भूरिश्रवा' मारला गेला होता. 'सात्यकी'ने 'भूरिश्रव्या'ला अधर्माने मारले, अशी 'कृतवर्म्या'ने त्याची निंदा केली आहे. 'सात्यकी'चा पिता 'शिनी' आणि 'भूरिश्रव्या'चा पिता 'सोमदत्त' यांच्यात देवकीसाठी युद्ध झाले होते असा उल्लेख श्री. उपेंद्रराय सांडेसरा यांनी त्यांच्या 'पूर्णावतार श्रीकृष्ण' ह्या पुस्तकात केला आहे. 'शिनी' आणि 'सोमदत्त' म्हणजे तर अक्रूर, वसुदेव आणि उग्रसेनाची पिढी!

ह्याचाच स्पष्ट अर्थ असा, की यादवांमध्ये त्या वेळीसुद्धा आंतरकलह होताच. कंसामुळे तो अधिक व्यापक झाला असण्याची शक्यता आहे. काही यादव कंसाच्या बाजूने आणि काही यादव कारागृहात डांबून ठेवलेल्या उग्रसेनाच्या आणि वसुदेवाच्या बाजूने असे दोन तट पडले असते, तर दर दिवसागणिक त्यांच्यातले युद्ध अनिवार्य होत गेले असते आणि असे युद्ध म्हणजे सर्वनाश... समग्र कुळाचा संहार! ज्याप्रमाणे, दुर्योधनाच्या पक्षात असणाऱ्यांपैकी दोघा-तिघांचा अपवाद सोडल्यास, इतरांना दुर्योधनाच्या पक्षात जाण्याची इच्छा नव्हती - दुर्योधनाचे आचरण त्यांना न्याय्य वा धर्मानुसार वाटत नव्हते; तेच कंसासोबत राहिलेल्या अक्रूरादी यादवांबद्दल म्हणता येईल. अधर्माचे मूळच नष्ट करून टाकणे, हाच त्यावरील उत्तम उपाय होता. कंसाचा नाश केल्यानंतर यादव कुळे पुनश्च एकत्रित झाली आणि उग्रसेन पुन्हा एकदा श्रेष्ठ यादव झाला.

यादव कुळांच्या बाबतीत घडले तेच कुरुकुलाच्या बाबतीतही घडणे शक्य होते. त्याच शक्यतेकडे कृष्णाने समर्थ, ज्येष्ठ कुरूंचे लक्ष वेधण्याचा प्रयत्न केला आहे. व्यापक हित लक्षात घेऊन, कधी कधी आपल्या मनाविरुद्ध, आपल्याला न आवडणारे कामही करावे लागते. अधिक विशाल धर्माच्या रक्षणार्थ ममत्व अथवा अशाच एखाद्या भावनेचा बळी देऊनही कठोर निर्णय घ्यावा लागतो. तो क्षण साधता आला नाही, त्या नेमक्या क्षणाची ओळख पटली नाही तर मग ओढवणारा महाविनाश अटळ ठरतो... त्याला रोखणे अशक्य होऊन बसते, त्यातून कोणीही वाचू शकत नाही. कंसाचा-आपल्या सख्ख्या मामाचा-वध करण्यामागची कृष्णाची

भावना तसेच त्यामागचे त्याचे व्यापक तत्त्वज्ञान ह्या ठिकाणी अतिशय सुंदररीत्या प्रकट झाले आहे. केवळ कृष्णालाच साजेसे हे तत्त्वज्ञान आहे.

प्रत्येक माणसाने आपल्या आयुष्याच्या संदर्भात कृष्णाच्या ह्या तत्त्वज्ञानाचा विचार केला तर स्वतःच्या आयुष्यात आलेला असा अचूक क्षण त्याच्या तत्काळ ध्यानात येईल. हा अचूक क्षण टिपता न आल्यामुळे कुरुक्षेत्राइतका महाविनाश जरी घडला नाही, तरी आपल्या आयुष्यातले काय आणि किती मोठे हातून निसटून गेले आहे, ह्याची कल्पना करता येते. सर्वसामान्य माणसाच्या दृष्टीने कंसवध अथवा दुर्योधनाला कैद करणे ही निव्वळ एक घटना नसते; तर तो एक संकेत असतो. तो नेमका 'संकेत क्षण' ज्याला ओळखता येतो तो कृष्ण ठरतो आणि ज्यांना तो टिपता येत नाही ते धृतराष्ट्र असतात. कृष्ण उघड उघड दिसणाऱ्या अधर्माचेसुद्धा आचरण करतो ते अधिक व्यापक आणि विशाल धर्मपालनासाठी, म्हणूनच भविष्यकाळ कृष्णाची साथ देताना दिसतो. तो अधिक व्यापक धर्म ध्यानात येऊनसुद्धा धृतराष्ट्र काहीच करू शकत नाही; कारण तो नेत्रहीन आहे.

...आणि हे कळून-सवरूनसुद्धा गेल्या कित्येक वर्षांपासून अवघ्या विश्वात निव्वळ धृतराष्ट्रांचीच गर्दी होताना दिसते!

कृष्णाच्या 'धर्मदृष्टी'च्या संदर्भात 'महाभारतात'ला आणखी एक प्रसंग आठवून बघू.

'युद्धात आपण शस्त्र हाती घेणार नाही, अर्जुनाच्या रथाचे सारथ्य करण्याखेरीज प्रत्यक्ष युद्धात भाग घेणार नाही,' ही कृष्णाची प्रतिज्ञा दोन्ही पक्ष पूर्णपणे जाणून आहेत. अर्जुन आणि दुर्योधन ह्यांच्यात यादवांचे शक्तिसामर्थ्य विभागून घेतेवेळी युद्धात कौरवांच्या पक्षात सर्व यादवसेना आणि पांडवांच्या पक्षात केवळ निःशस्त्र कृष्ण असेल असे आधीच ठरले होते. तरीदेखील युद्धाच्या नवव्या दिवशी, कृष्णाने स्वतःच आपली प्रतिज्ञा भंग करायला निघावे, असा क्षण येऊन ठेपतो.

कौरवांचे सेनापती भीष्म सतत नऊ दिवस पांडव सैन्याचा संहार करत होते. नवव्या दिवशी तर परिस्थिती इतकी भीषण झाली होती, की आता पांडव सैन्याचा निभाव लागणे अशक्य आहे, हे कृष्णाला कळून चुकले होते. आदल्याच दिवशी, 'पांडवांचा पराजय करणे तुम्हाला जमत नसेल तर आता युद्धाची सूत्रे कर्णाच्या हाती सोपवून मोकळे व्हा,' असा दुर्योधनाने टोमणा मारला होता.

कर्णाबद्दल पितामहांच्या मनात एकप्रकारची नाराजी आहे, हे दुर्योधनाला माहीत होते. 'कर्ण महारथी नव्हेच - केवळ सूतपुत्र आहे,' अशा अपमानकारक शब्दांसह युद्धाच्या प्रारंभीच भीष्मांनी कर्णाला युद्धभूमीपासून दूर लोटले होते. कर्णाच्या अशा अवहेलनेमागे कर्णाचा अर्जुन-द्वेष आणि पितामहांचे अर्जुन-प्रेम हे कारणही असू शकते; परंतु दुर्योधनाच्या खोचक टोमण्यानंतर युद्धाच्या नवव्या

दिवशी भीष्मांनी अतिउग्र विनाश आरंभला आहे. त्या घोर विनाशाचा प्रतिकार अर्जुन संपूर्ण सामर्थ्यानिशी करत नाही... पितामहांच्या अति विनाशकारी युद्धाचा तोडीस तोड प्रतिकार करणे त्याच्या हातून होत नाही. 'गीतोपदेशा'नंतरही तो पितामहांच्या समोर खंबीरपणे उभा राहू शकत नाही, काहीसा मृदू होत आहे हे कृष्णाच्या विचक्षण नजरेने ताडले होते. अश्या पद्धतीने आणखी केवळ एक दिवस जरी युद्ध लांबले तरी भीष्म पांडवसेनेतील एकही सैनिक शिल्लक ठेवणार नाहीत आणि अर्थातच कौरव सैन्याचा निश्चितच विजय होईल, हे त्याच्या लक्षात आले होते.

ह्या क्षणी कृष्णाच्या मनात धर्मरक्षणाचा एक अति नाजूक प्रश्न निर्माण झाला आहे. भीष्मांच्या विनाशकारी युद्धाला अर्जुनाने तेवढेच समर्थ प्रत्युत्तर दिले नाही तर पांडवांचा पराजय निश्चित आहे. ह्याचाच अर्थ, धर्माचा पराजय आणि अधर्माचा विजय! कृष्ण हे कसे घडू देईल? हाती शस्त्र न धारण करण्याची आपली प्रतिज्ञा आहे हे खरे, परंतु आपल्या प्रतिज्ञेचे पालन करताना अधर्माचा विजय होत असेल तर मग अशावेळी आपला धर्म कोणता? वैयक्तिक धर्माच्या रक्षणापायी व्यापक धर्माचा पराजय होऊ द्यावा का?

क्षणभराचाही विलंब न करता, निःशस्त्र राहण्याची आपली प्रतिज्ञा दुर्लक्षून, रथाचे आवेग सोडून देऊन, भीष्मांची हत्या करण्यासाठी कृष्ण भीष्मांच्या दिशेने धाव घेतो. किती अद्भुत आहे हे दृश्य! भीष्म आणि अर्जुन दोघांनाही कृष्णाचे हे वागणे अत्यंत अनपेक्षित होते. एक अर्जुन सोडल्यास, केवळ कृष्णच आपल्याला पराजित करू शकतो हे भीष्मांना पक्के ठाऊक आहे; त्यामुळे कृष्णाला आपल्या दिशेने धावून येताना पाहून, आपले धनुष्य उलटे करून ते कृष्णाचे स्वागत करत म्हणतात, "हे पुंडरिकाक्षा, मी तुला प्रणाम करतो. तू माझा वध कर! त्यायोगे तीनही लोकांत मी सन्मानित ठरेन."

अर्जुन मात्र ह्या क्षणी स्तिमित झाला आहे. पांडवांचा विजय व्हावा ह्यासाठी, आपली प्रतिज्ञासुद्धा भंग करून कृष्ण भीष्मांचा वध करायला निघाला आहे, ह्यामागे आपण पितामहांचा सर्वशक्तीनिशी प्रतिकार करत नाही, हेच मूळ कारण आहे हे अर्जुनाला उमगले आहे. साक्षात कृष्णाच्या प्रतिज्ञाभंगाला आपण कारणीभूत आहोत, ही गोष्ट अर्जुनाला असह्य होते. धावत जाऊन तो कृष्णाचे पाय धरतो. आपणच ह्या अपकृत्याला जबाबदार आहोत, ही भावना त्याच्या मनात उफाळून येते. तो कृष्णाला म्हणतो,

"माधवा, अरे तू प्रतिज्ञाबद्ध आहेस. आज तू मिथ्यावचनी ठरशील, हे मला सहन होत नाही. पितामहांशी मी आता घोर युद्ध करेन, तू मागे फिर."

...आणि त्या वेळी कृष्ण मागे फिरतो!

अर्जुनाला आवेश चढावा म्हणून कृष्णाने हे मुद्दामच केले असण्याची शक्यता

आहे. समजा, कृष्णाच्या त्या कृत्यामुळे अर्जुनाला आवेश चढला नसता तर आपली प्रतिज्ञा मोडूनही कृष्णाने निश्चितच अधर्माचा पराजय केला असता, ह्यात शंका नाही. कृष्णाने येथे वैयक्तिक धर्मभावना पणाला लावली आहे, असे म्हणता येईल. 'व्यक्तीपेक्षा समष्टी श्रेष्ठ आहे आणि कोणतीही किंमत देऊन समष्टीच्या धर्माचे रक्षण केलेच पाहिजे,' हा उज्ज्वल सिद्धान्त कृष्ण येथे प्रतिपादित करत आहे.

◆

‘यतः कृष्णस्ततो धर्मः’

महायुद्धाला प्रवृत्त झालेले अठरा अक्षौहिणी सैन्य ज्या तऱ्हेने दोन पक्षांत विभागले गेले होते, ते पाहता कौरवांचे पारडे जड असल्याचे पहिल्या दृष्टिक्षेपातच कळून येते. केवळ संख्याबळ ध्यानात घेतले तरी, कौरवांचे सैन्य अकरा अक्षौहिणी, तर पांडवांचे सैन्य सात अक्षौहिणी. ज्यांच्या सामर्थ्यासमोर टिकू शकतील, असे तुल्यबळ पराक्रमी योद्धे तत्कालीन आर्यावर्तात शोधूनही सापडले नसते, असे भीष्म, द्रोण, कृपाचार्य, अश्वत्थामा, कर्ण आणि शल्य ह्यांसारखे एकापेक्षा एक धुरंधर कौरवपक्षात होते. गदायुद्धात दुर्योधनाची गणना एक अजेय वीर अशीच केली जात होती. त्याउलट, विरुद्ध पक्षात पांडवांकडे भीम आणि अर्जुन, फार तर धृष्टद्युम्न अथवा सात्यकी ह्यांखेरीज कोणालाच कौरवपक्षातल्या महारथींच्या बरोबरीचे म्हणता आले नसते. पांडवांकडे कृष्ण असला तरी तो शस्त्रच धारण करणार नव्हता. अशा तऱ्हेने, कौरवांचा पक्ष अधिक समर्थ होता हे उघडच आहे, आणि तरीसुद्धा कौरव पराजित झाले आहेत आणि पांडव विजयी ठरले आहेत.

‘यतः धर्मस्ततो जयः’ ही उक्ती आपल्याला इतक्या वेळा ऐकवली गेली आहे, की कोड्यात टाकणाऱ्या वरील निरीक्षणांची उत्तरे ह्या उक्तीतच सामावली आहेत, असे आपल्याला लगेच वाटते. ‘महाभारता’चा पूर्वग्रहरहित आणि सखोल अभ्यास करणाऱ्याला मात्र, ‘कौरवपक्ष बऱ्याच अंशी अधर्माने वागला असला, तरी पांडवांनी सदैव धर्माचरणच केले होते असे म्हणणे उचित होणार नाही,’ असे वाटल्यावाचून राहणार नाही. दोन्ही पक्षांनी जसे धर्माचे पालन केले आहे तसेच अधर्माचे आचरणसुद्धा केले आहे. ह्या गोष्टींचा बराच हिशेब मांडून बऱ्याच गोष्टी पडताळून बघितल्यानंतर मात्र, पांडवपक्षात धर्माचे पालन करण्याचे प्रमाण जरा अधिक होते असे म्हणता येईल.

म्हणूनच, 'बलरामा'ची इच्छा नसतानादेखील कृष्णाने पांडवांचा पक्ष घेतला आहे. पांडवपक्षाकडून धर्मयुद्ध होत आहे असे 'बलरामा'ला वाटत नव्हते; पण त्याचवेळी कृष्ण पांडवांच्या पक्षात असताना कृष्णाच्या विरोधात कोणाचा पक्ष घ्यायचीही त्याची तयारी नव्हती. त्यामुळे 'बलराम' ह्या युद्धापासून अलिप्तच राहिला आहे. अशा तऱ्हेने, 'यतः धर्मस्ततो जयः' सोबतच 'यतः कृष्णस्ततो धर्मः' असा चरण पूर्ण झाला... 'जिथे धर्म आहे तिथेच कृष्ण आहे आणि जिथे कृष्ण आहे तिथेच जय आहे.'

निःशस्त्र असलेल्या कृष्णाचे मार्गदर्शन पांडवपक्षाला लाभले नसते तर पांडव कधीही विजयी होऊ शकले नसते हे निर्विवाद सत्य आहे. कौरवपक्षात अनेक महारथी आहेत; परंतु त्यांच्यात एकसंध समानता नाही. भीष्म आणि द्रोण जरी कौरवांकडून लढत असले तरी पांडवांबद्दल त्यांच्या मनात असलेले प्रेम कोणापासून लपलेले नाही. कर्णाचा रोष केवळ अर्जुनावर केंद्रित झालेला आहे. कुरुक्षेत्रावर एकदा स्वतः युधिष्ठिर कर्णाच्या हातून मारला जाण्याची वेळ आली असतानादेखील, कौरवांना विजय मिळवून देऊ शकणाऱ्या त्या क्षणाचा कर्णाने उपयोग करून घेतला नाही. 'अर्जुनाखेरीज मी कोणालाही मारणार नाही,' ह्या कुंतीला दिलेल्या आपल्या वचनाचे त्या वेळी त्याला स्मरण झाले आहे. कुंती जन्मभर स्वतःला पाच पुत्रांची माता म्हणवत आली आहे. आपल्या सहाव्या पुत्राला तिने कधीच आपला म्हटलेले नाही. त्यामुळेच, महायुद्धाच्या पूर्वसंध्येला, 'कौंतेय' म्हणून कर्णाचा स्वीकार करायला तयार झालेल्या कुंतीला नकार देताना कर्ण म्हणतो, "देवी, (तो 'माता' शब्द उच्चारत नाही) तू पाच पुत्रांची माता आहेस आणि पाच पुत्रांची माताच राहशील. जर माझा मृत्यू झाला तर अर्जुन अपराजित राहील किंवा मग अर्जुनाचा मृत्यू झाल्यावर, तुझ्या उदरी जन्मलेला तुझा पुत्र म्हणून मी तुझ्यापाशी असेन. अशाप्रकारे तू पाच पुत्रांची माता राहशील.

युधिष्ठिराचा वध करून कर्ण आपल्या पक्षाला विजयी करू शकला असता, पण त्याने तसे केले नाही. कर्णाच्या ह्या कृत्याशी कृष्णाच्या प्रतिज्ञापालनाची तुलना करून बघण्यासारखी आहे. निःशस्त्र राहण्याची कृष्णाने प्रतिज्ञा केली होती तरीसुद्धा, आपल्या प्रतिज्ञेचे पालन करू गेल्यास भीष्मांच्या हातून पांडवांचा विनाश होणार आहे हे लक्षात येताच, 'लहान' धर्माचा त्याग करून 'मोठ्या' धर्माचे रक्षण करण्यासाठी कृष्ण पुढे सरसावला आहे. कृष्णाचे हे कृत्य आणि त्यामागचा त्याचा दृष्टिकोन, पांडवांच्या विजयाचा खुलासा करून देण्यासाठी पुरेसे आहे.

युद्धाच्या अगदी पहिल्या दिवसापासूनच पितामह भीष्म आणि कर्ण ह्यांच्यात मतभेद झाला आहे. 'सारथी-पुत्र' असे हिणवून भीष्मांनी कर्णाला झिडकारल्यामुळे, 'माझा असा अपमान करणारे भीष्म जोवर कौरवांचे सेनापती आहेत, तोवर मी युद्ध

करणार नाही,' असे म्हणून युद्धाचे पहिले दहा दिवस कर्णाने युद्धाकडे पाठ फिरवली आहे. दहाव्या दिवशी भीष्मांचे पतन झाल्यानंतरच त्याने शस्त्र हातात घेतले आहे. युद्ध जिंकण्यासाठी आवश्यक असणाऱ्या दूरदर्शीपणाचा अभाव ह्यातून दिसून येतो.

एकटे द्रोण पांडवांचा संहार करू शकले असते. साक्षात काळ बनून त्यांनी विनाश आरंभलादेखील होता; परंतु 'अश्वत्थामा मृत्यू पावला आहे,' असे शब्द कानी पडताच द्रोणांनी शस्त्रत्याग केला. ह्या प्रसंगी कौरव-विजयासाठी लढण्याचा त्यांचा मूळ उद्देश मागे पडून केवळ वैयक्तिक मोहच अधिक प्रभावी ठरला आहे, जणूकाही द्रोण दुर्योधनाच्या विजयासाठी नव्हे तर अश्वत्थाम्यासाठी लढत होते! निःशस्त्र असलेले द्रोण धृष्टद्युम्नाच्या हातून मारले गेले.

कर्णाचा सारथी असलेला शल्य, प्राणपणाने युद्ध करणाऱ्या कर्णाचा सतत तेजोभंग करत होता; मानसिकदृष्ट्या त्याचे खच्चीकरण करत होता. ईर्षेला पेटून कर्णाने शल्याला आपला सारथी म्हणून मागून घेतला होता. कर्णाची मागणी शल्याने मान्य केली खरी; पण कर्णाचा सतत तेजोभंग करून त्याने ह्या गोष्टीचा बदला घेतला होता.

अशा रीतीने, कौरवांच्या पराभवाची कारणे शोधायला फारसे प्रयास घ्यावे लागत नाहीत. भीष्म आणि कर्ण ह्या दोघांमध्ये असा काही बेबनाव निर्माण झाला होता, की त्यामुळे महायुद्धाचे संभाव्य परिणामही दृष्टीआड केले गेले. तसाच एक बेबनाव पांडवांच्या शिबिरातही एकदा झालेला दिसून येतो.

युधिष्ठिर आणि अर्जुन ह्या दोघांपैकी एकाचा मृत्यू अटळ असल्याची शक्यता वर्तवणारा एक कसोटीचा क्षण पांडवांच्या पक्षातही एकदा आला आहे. त्या क्षणी एकतर अर्जुनाच्या हातून युधिष्ठिर मारला गेला असता, किंवा मग अर्जुनाने आत्महत्या तरी केली असती! पांडवांचा पराजय घडवून आणायला ह्या दोहोंपैकी एक कारणसुद्धा पुरेसे होते. युधिष्ठिराचा वध-तोही अर्जुनाच्या हातून- घडला असता तर पांडवपक्षात एकजूट राहणे केवळ अशक्य होते. एवढेच नव्हे तर, युधिष्ठिराविना पांडवांचे सैन्य लढले तरी कोणासाठी असते? त्याचप्रमाणे, अर्जुनाने आत्महत्या केली असती तर पांडवांच्या अवघ्या शक्तीचा पायाच खचला असता, त्यांचा आधारस्तंभच धराशायी झाला असता.कर्णपर्वाच्या ४८व्या आणि ४९व्या अध्यायांत ह्या प्रसंगाचे वर्णन आहे.

कर्णाच्या हातून मारला जाण्यापासून कसाबसा वाचलेला-तेही स्वतःच्या पराक्रमाच्या बळावर नव्हे, तर कर्णाने उदारपणाने सोडून दिल्यामुळे-युधिष्ठिर ऐन भीषण युद्ध सुरू असतानाच अर्जुनाचा धिक्कार करत आहे. अजून दिवस मावळलेला नाही. घोर संग्राम अद्यापि सुरूच आहे. अशावेळी, पराभवाच्या नामुष्कीच्या कुशंकेने

हताश झालेला, संतप्त युधिष्ठिर अर्जुनाला अत्यंत कठोर शब्द ऐकवत म्हणतो, ''अर्जुना! अरे, 'समग्र कौरवसेनेचा विनाश करायला मी एकटाच समर्थ आहे,' अशा वल्गना तू करत होतास, परंतु आत्ता तर एका कर्णालादेखील तू आवरू शकत नाहीस. ज्या तुझ्या सामर्थ्यावर विसंबून आम्ही हे युद्ध आरंभले आहे, तो तू तर अगदीच दुर्बल, कुचकाम्या ठरलास की रे! हे जर मला आधीच माहीत असते तर मी युद्धाला तयारच झालो नसतो. आता तू तुझे हे गांडीव धनुष्य कृष्णाच्या हाती सोपव आणि तू त्याचा सारथी होऊन रथ हाक. आता कृष्णच काय तो सगळे निभावून नेईल.''

युधिष्ठिराचे हे कटू बोलणे संपते न संपते तोच, युधिष्ठिराचा वध करण्यासाठी अर्जुन आपले खड्ग उपसतो. ज्येष्ठ भ्रात्याचा वध करायला धावून जाणाऱ्या अर्जुनाला कृष्ण अडवतो आणि असले कृत्य करण्यामागचे कारण विचारतो, त्या वेळी उत्तर देताना अर्जुन म्हणतो, ''हे कृष्णा, जो कोणी गांडीव धनुष्य दुसऱ्याला देऊन टाक, असे म्हणेल त्याचा तत्काळ शिरच्छेद करण्याची मी प्रतिज्ञा केली आहे. युधिष्ठिराला मारून मला आपल्या प्रतिज्ञेचे पालन करायला हवे, अन्यथा मी असत्यवादी ठरेन.''

मोठा अवघड क्षण आहे हा!

...पण ह्या क्षणी इथे कृष्णसुद्धा हजर आहे. सत्य-असत्य, धर्म-अधर्म इत्यादी गोष्टींबाबतीत कृष्णापेक्षा अधिक जाणकार तो कोण असणार? असाच कसोटीचा क्षण कौरवांच्या पक्षात ज्या ज्या वेळी आला आहे, त्या त्या वेळी मात्र कृष्ण तिथे हजर नव्हता हेच दिसते. विसंवादाच्या प्रत्येक वेळी कौरवांमध्ये फूट पडलेली आहे आणि कौरव दुर्बल झाले आहेत. पांडवांकडे असे घडत नाही. धर्माचरणातले बारकावे समजावून सांगून कृष्ण लगेच त्यावर मार्ग शोधून काढतो. परिणामी, अधिक काही हानी न होता आणीबाणीची ती घडी टळून जाते.

ह्या प्रसंगातदेखील सत्याचरण म्हणजे काय, हे कृष्ण अर्जुनाला समजावून सांगतो. 'बलाक' नावाचा एक वाघ आणि उघड उघड असत्य बोलून धर्माचरण करणारे कौशुक मुनी यांच्या कथेद्वारे धर्म आणि सत्य यांतील अति सूक्ष्म तत्त्व कृष्ण उलगडून दाखवतो. खरे बोलणे हा अधर्म केव्हा ठरतो आणि खोटे बोलणे हाच कोणत्या वेळी धर्म असतो यातील भेदरेषा कृष्ण स्पष्ट करून सांगतो. कृष्ण ह्या वेळी, अर्जुनाच्या प्रतिज्ञेचेही पालन होईल आणि युधिष्ठिरावरील मृत्युसंकटसुद्धा दूर होईल असा मार्ग–तोही धर्मप्रेरित असलेला–सुचवतो. कृष्ण म्हणतो, ''हे पार्था, युधिष्ठिराचा अतिशय मोठा अपमान होईल, असे शब्द तू त्याला बोल. वडीलमाणसाला उद्देशून अपमानास्पद बोलणे, हे त्याचा वध करण्यासारखेच आहे.''

त्यानंतर,कृष्णाच्या सूचनेअनुसार अर्जुन युधिष्ठिराला जे काही कठोर शब्द

सुनावतो, ते एखाद्या आधुनिक मानसशास्त्रतज्ज्ञालाही आकर्षित करतील, असे आहेत. अर्जुनाने कित्येक वर्षे आपल्या मनात दडपून ठेवलेला सगळा राग इथे उफाळून प्रगट होताना दिसतो. जे जे म्हणून युधिष्ठिराला ऐकवावे असे त्याला वाटत आले आहे, पण व्यक्त करता आलेले नाही ते सगळेच्या सगळे याक्षणी उसळून बाहेर आले आहे. अर्जुन म्हणतो, "अरे युधिष्ठिरा, शय्येवर बसून द्रौपदीशी गप्पा मारणे एवढेच काय ते तू जाणतोस. युद्ध कशाला म्हणतात ते तुला कुठले ठाऊक असणार? तू जो जुगार खेळलास ना, तो तुझा जुगार हेच ह्या सर्व पापाचे मूळ आहे. जुगार खेळूनच तू आम्हा सर्वांची ही दशा केली आहेस. तू स्वतः तर दुर्भागी आहेसच, पण आम्हा सर्वांचे दुर्भाग्यही तुझ्याशीच बांधलेले आहे. तुझ्यामुळेच आम्हीही अभागी ठरलो आहोत."

पृथ्वीपासून चार अंगुळे वर चालणाऱ्या रथात बसून हस्तिनापूरच्या राजसिंहासनावर आरूढ होण्याचे स्वप्न बघणाऱ्या युधिष्ठिराची मृतवत् अवस्था करून टाकणारे हे शब्द! युधिष्ठिर हतप्रभ न झाला तरच नवल! साक्षात कृष्णाच्या उपस्थितीत अर्जुनाने उच्चारलेल्या ह्या शब्दांत सत्याचा अंश नाही, असे तर स्वतः युधिष्ठिरसुद्धा म्हणू शकला नसता.

हे एवढे सारे घडून गेल्यानंतर त्या दुर्धर क्षणाची दुसरी बाजू समोर येते.

आजच्या भाषेत म्हणायचे झाले तर, 'टेक्निकली, अर्जुनाची प्रतिज्ञा पूर्ण झाली आहे आणि युधिष्ठिराचा 'वध' होऊन चुकला गेला आहे; परंतु तो होताक्षणीच अर्जुनाने आपल्या पोतडीतून एक नवेच पिल्लू बाहेर काढले आहे! 'ज्येष्ठ भ्रात्याला कधीही बोलू नयेत, अशी कटू वचने उच्चारणारा हा माझा देह आता जिवंत राहण्यास पात्र नाही,' असा त्याला पश्चात्ताप होतो आहे. मोठ्या भावाला असे बोलणाऱ्या अनुजाने जिवंत राहता कामा नये, असेच त्याला वाटते. आपल्या पापाचे प्रायश्चित्त म्हणून प्राणार्पण करण्याच्या निश्चयाने तो पुन्हा एकदा खड्ग उपसतो आणि पुन्हा एकदा कृष्णच त्याला मार्ग दाखवतो.

अचानक उद्भवलेले हे संकट टळावे आणि अर्जुनाच्या प्रायश्चित्ताचाही मार्ग मोकळा व्हावा म्हणून कृष्ण म्हणतो, "अरे अर्जुना, आत्मप्रशंसा करणे हे आत्मघात करण्यासमानच आहे. वडीलबंधूला अपमानास्पद कटू वचने ऐकवून ज्याप्रमाणे तू त्याचा वध केलास, तद्वतच आता आत्मप्रशंसा करून तू प्राणार्पण करण्याचे प्रायश्चित्त घेऊन टाक."

कृष्णाची सूचना अर्जुन मान्य करतो. ह्या वेळी पुन्हा एकदा, मानसशास्त्रतज्ज्ञांचे लक्ष वेधून घेण्याजोगी गोष्ट घडते. मनाच्या तळाशी अगदी खोल दाबून ठेवलेली गोष्ट प्रकट करत अर्जुन म्हणतो, की महाराज युधिष्ठिरा, केवळ भगवान शंकरच काय ते माझी बरोबरी करू शकतील. इंद्रप्रस्थाचे राज्य तुझ्या चरणांशी आले ते

माझ्या सामर्थ्याच्या बळावरच! मी दिग्विजय केला नसता तर तू राजसूय यज्ञ करूच शकला नसतास. मला पराजित करू शकेल, असा एकही योद्धा येथे नाही...वगैरे वगैरे.

अशाप्रकारे, समोर आलेल्या आपत्तीचे निवारण होताच अर्जुन पुन्हा रणभूमीवर गेला आहे आणि कर्णाचा संहार करण्याचा अंतिम क्षणही जवळ आला आहे.

(ह्या ठिकाणी आठवण व्हावी अशी एक गमतीदार गोष्ट म्हणजे, गांडीव धनुष्याची निंदा केल्याबद्दल युधिष्ठिराचा वध करण्यास आपण प्रतिज्ञाबद्ध आहोत, असे म्हणणाऱ्या अर्जुनाला, एकदा द्रौपदीने वनपर्वात (पुणे आवृत्ती : १२/६७) गांडीव धनुष्याची निंदा केली होती त्या वेळी मात्र आपल्याला अशा कोणत्या प्रतिज्ञेचे स्मरण झाले नव्हते!)

कौरवपक्ष अधिक समर्थ आणि सबळ असतानाही कौरवांचा पराजय होतो आणि पांडवांची बाजू तुलनेने कमी सामर्थ्यवान असूनही, पांडवांना विजय प्राप्त होतो, ह्यामागचे रहस्य इथेच आहे. धर्माचे सूक्ष्मातिसूक्ष्म अर्थ उलगडून दाखवणारी आणि संभ्रमात टाकणाऱ्या परिस्थितीतून मार्ग काढणारी कृष्णाची विचक्षण प्रतिभा कौरवांकडे नव्हती आणि पांडवांकडे होती! हीच 'यतः कृष्णस्ततो धर्मः'ची सार्थकता आहे.

◆

कृष्णाची धर्ममीमांसा

धर्मपुरुष युधिष्ठिर संपूर्णतः धर्मपुरुष नव्हता, त्याच्यात शठतेचा* अंश दडलेला होता, हे प्रतिपादित करणारा एक प्रसंग आपण ह्यापूर्वी पाहिलाच आहे. 'आरण्यक पर्वा'च्या ३५ व्या अध्यायात, द्यूत खेळण्याच्या आपल्या हेतूचा बचाव करताना युधिष्ठिराने म्हटले आहे, की 'मला धृतराष्ट्राच्या पुत्राकडून राज्य जिंकून घ्यायचे होते म्हणून मी द्यूताच्या फाशांचा आश्रय घेतला होता; पण त्या लबाड शकुनीने माझा डाव उलटवून लावला.' प्रत्यक्षात, युधिष्ठिर स्वतः द्यूत खेळायला उत्सुक होता, परंतु त्याने आपली ही उत्सुकता उघड होऊ दिली नाही; हा एक प्रकारचा धूर्तपणाच म्हणता येईल. त्याउलट, तो मात्र द्यूत न खेळण्याची कारणे पुढे करताना दिसतो.

युधिष्ठिरामध्ये केवळ धूर्तपणाचाच अंश होता असे नाही, तर काही काही वेळा त्याचा मूर्खपणासुद्धा प्रकट झाला आहे. स्वतःच्या पत्नीच्या वस्त्रहरणाचा प्रसंग ओढवल्यानंतर सुद्धा पुन्हा एकदा द्यूत खेळायला बसणे हा-त्याच्या मनात दडलेल्या त्या धूर्तपणासोबतच-साक्षात मूर्खपणाच वाटतो. आपण शकुनीवर मात करू शकणार नाही, हे ढळढळीत सत्य कळून चुकल्यावरसुद्धा तो जुगार खेळायला सिद्ध होतो ह्याला मूर्खपणाची परिसीमा तरी म्हटले पाहिजे किंवा मग त्या दडवून ठेवलेल्या धूर्तपणाची परिसीमा! इतके सारे घडून गेल्यावरही द्यूताद्वारे दुर्योधनाचे राज्य जिंकण्याचा मोह युधिष्ठिराला सोडता आला नाही असेच म्हणावे लागेल.

युधिष्ठिराच्या मूर्खपणाच्या परिसीमेचे एक उदाहरण महायुद्धाच्या शेवटच्या दिवशी दिसून येते. हा असा काही मूर्खपणा आहे, की साक्षात कृष्णाच्यादेखील

---

* धूर्तपणा

तोंडून 'युधिष्ठिरा, अरे तू हे अविचारी कृत्य केले आहेस,' असे शब्द बाहेर पडतात. हा 'अविचारी' शब्द कृष्णाने उच्चारला आहे, हे लक्षात घेतले पाहिजे. इथे 'अविचार' म्हणजे निव्वळ मूर्खपणाचा पर्यायी शब्द आहे. कृष्णाच्या मुखातून उच्चारला जाणारा शब्दसुद्धा आपली प्रतिष्ठा सोडत नसतो!

समग्र कौरव कुळाचा संहार झाल्यानंतर एकटा उरलेला दुर्योधन आपला जीव वाचवण्यासाठी पाण्याखाली लपून बसतो. कृष्ण आणि सगळे पांडव त्याला तेथून शोधून काढतात. त्या वेळी पाण्याबाहेर येऊन युद्ध करण्याचे युधिष्ठिर त्याला आव्हान देतो. पाण्याखाली सुरक्षित असलेला दुर्योधन म्हणतो, "मी एकटा आणि अगदी निःशस्त्र आहे, त्याउलट तुम्ही तर सगळेच सोबत आहात. मला शस्त्र मिळावे आणि तुम्ही एकेकट्याने माझ्याशी युद्ध करावे, हा धर्म आहे." (दुर्योधनाच्या तोंडून निघालेली धर्माची ही व्याख्या गमतीदारच म्हटली पाहिजे). दुर्योधनाला उत्तर देताना विजयाच्या धुंदीत अति उत्साहाने युधिष्ठिर बोलून जातो, "दुर्योधना, तुला हवे ते शस्त्र तू निवड आणि त्या शस्त्राने तू आमच्यापैकी कोणाही एकाशी लढून त्याचा पराजय केलास तर तो आमचा संपूर्ण पराभव झाला, असे समजून मी हे राज्य तुला देऊन टाकेन. ज्या पांडवाची तू निवड करशील तो तुझ्याशी युद्ध करेल." (शल्यपर्व : अ. ३१)

संपूर्ण महायुद्धाचा परिणाम पूर्णतया बदलून टाकू शकणारी ही गोष्ट आहे. युधिष्ठिराचा हा प्रस्ताव मान्य करून दुर्योधनाने भीमाखेरीज अन्य कोणाही पांडवाला गदायुद्धाचे आव्हान दिले असते तर दुर्योधनाचा विजय निश्चित होता! एक भीम सोडता, अर्जुनासकट एकही पांडव दुर्योधनापुढे गदायुद्धात क्षणभरही टिकू शकला नसता. कृष्ण हे वास्तव पूर्णपणे जाणून आहे. किनाऱ्याला लागलेली नाव युधिष्ठिर पुन्हा एकदा पाण्यात बुडवून टाकायला निघाला आहे, हे कृष्णाच्या तत्काळ ध्यानात आले आहे. खुद्द भीमसुद्धा दुर्योधनापुढे टिकाव धरू शकेल की नाही, ह्याबद्दल कृष्णाच्या मनात शंका आहे कारण दुर्योधनाला मिळालेल्या गदायुद्धाच्या शिक्षणाची कृष्णाला संपूर्ण कल्पना आहे. कृष्ण म्हणतो, "युधिष्ठिरा, अरे तू पुन्हा एकदा जुगार मांडला आहेस. पांडवपक्षाला तू घोर संकटात लोटले आहेस. तुझे हे बोलणे अत्यंत अविचारी आहे. नियमांना अनुसरून जर गदायुद्ध झाले तर दुर्योधनापुढे कोणीही टिकणे शक्य नाही."

...पण आता पुढे काय? होऊन चुकलेली हानी केवळ युधिष्ठिराला दोष देण्याने भरून येणार नव्हती. एवढ्या महासंहारानंतर, अंतिमतः धर्माचाच विजय व्हावा हे कृष्णाला अभिप्रेत होते. युधिष्ठिराने पुन्हा एकदा धर्मच पणाला लावून जुगार मांडला असला तरी कौरवांपेक्षा पांडवांच्या बाजूने धर्म अधिक असल्याने, पांडवांचा पराभव होऊ द्यायचा नाही हे निश्चित होते. म्हणूनच, ह्या प्रसंगी पुन्हा

एकदा आपल्या बुद्धीच्या आणि अतिचातुर्याच्या बळावर कृष्णाने ह्या महासंकटातून पांडवांना वाचवले आहे.

दुर्योधनाचे खरे वैर भीमाशी आहे. दुःशासनासहित अन्य कौरवही भीमाच्याच हातून मारले गेले आहेत. युधिष्ठिराने मूर्खपणाने पुढे केलेला प्रस्ताव मान्य करून भीमाखेरीज अन्य कोणालाही दुर्योधनाने गदायुद्धासाठी पाचारण करण्याआधीच, मनुष्यस्वभावाशी निगडित असलेली एक छोटीशी युक्ती कृष्ण मोठ्या खुबीने वापरतो. दुर्योधनाला ऐकू जाईल इतक्या मोठ्या स्वरात तो भीमाला म्हणतो, "हे महाबाहो, धृतराष्ट्राच्या इतर सर्व पुत्रांचा तू ज्याप्रमाणे वध केलास त्याप्रमाणेच ह्या दुर्योधनाचा वध करून, त्याची मांडी फोडून टाकण्याची तुझी प्रतिज्ञा पूर्ण करण्याची संधी आता चालून आली आहे. तुझ्या हातून दुर्योधन मारला गेला, की तुझ्यामुळेच युधिष्ठिर पृथ्वीपती होऊ शकला असे ठरेल!"

दुर्योधनाच्या मनात वैराग्नी धगधगतो आहे हे ओळखून, भीमाशी युद्ध करण्याचे दुर्योधनाला हे आडवळणाने दिलेले आव्हान आहे. समग्र कौरवांचा एकट्या भीमाने संहार केल्याची आठवण करून देऊन, भीमाच्या वधाने त्या गोष्टीचा सूड घेण्याची लालूच दाखवण्यासाठी वापरलेली ही युक्ती आहे. दुर्योधन अहंकारी आहे आणि त्याने घेतलेले सगळे निर्णय अहंकाराने प्रेरित आहेत, हे कृष्ण चांगलेच ओळखून आहे. दुर्योधनाच्या अहंकाराला ह्या वेळी कृष्णाने आपल्या बोलण्याने अधिकच चेतवले आहे.

कृष्णाची युक्ती तत्काळ सफल होते. अहंकारी दुर्योधन गदा हाती घेऊन भीमाला आव्हान देतो. कृष्णाला हेच तर हवे आहे! त्याक्षणीच, युधिष्ठिराने स्वतःवर ओढवून घेतलेल्या एका महासंकटाचे निवारण झाले आहे.

तरीसुद्धा, भीम आणि दुर्योधन यांनी परस्परांशी युद्ध केल्याने सर्वकाही सुरळीत होईल, ह्याची कृष्णाला खात्री वाटत नाही. कृष्णाने आरंभीच म्हटले आहे, नियमांनुसार युद्ध केले तर दुर्योधनापुढे कोणाचाही टिकाव लागणे शक्य नाही. दुर्योधन आणि भीम यांचे गदायुद्ध ऐन भरात आले असताना कसोटीच्या एका क्षणी, दुर्योधन भीमाला वरचढ ठरत असलेला पाहून, त्या द्वंद्वाकडे बारकाईने लक्ष ठेवून असलेल्या कृष्णार्जुनांमध्ये जो संवाद घडतो, त्यातून युद्धाविषयीची कृष्णाची विचारसरणी आणि जीवनाविषयीचे त्याचे तत्त्वज्ञान ह्या दोहोंचे लखखपणे दर्शन घडते.

भीम आणि दुर्योधन ह्यांच्यातल्या द्वंद्वाच्या परिणामांविषयी अर्जुनाच्या मनात शंका उत्पन्न झाल्यावर कृष्ण म्हणतो (शल्यपर्व, अ. ५७), "कौंतेया, भीमाने केवळ धर्मयुद्धच केले, तर तो दुर्योधनावर मात करून युद्ध जिंकू शकणार नाही. केवळ स्वतःच्या बळावर विसंबून भीमाने न्यायाने युद्ध केले तर आपण सगळे पुन्हा

एकदा अत्यंत मोठ्या संकटात सापडू ह्यात मुळीच शंका नाही. युधिष्ठिराच्या एका चुकीमुळे ही कठीण वेळ येऊन ठेपली आहे. कोणीही बुद्धिमान व्यक्ती कधीच करणार नाही, असे कर्म युधिष्ठिराने करून ठेवले आहे. आता भीमाने जर दुर्योधनाला अन्यायाने मारले नाही, तर युधिष्ठिराऐवजी दुर्योधनच राजा होईल, हे अगदी निश्चित समज.''

धर्म आणि न्याय ह्यांचे जणू साक्षात स्वरूप असलेला कृष्ण ह्या ठिकाणी अन्यायाचा आणि अधर्माचा आश्रय घेण्याचे उघडपणे समर्थन करतो. व्यावहारिक जगात, अधिक व्यापक धर्माचे रक्षण करण्यासाठी तुलनेने लहान असा अधर्म आचरल्यावाचून गत्यंतर नसल्याचा हा स्पष्ट संकेत आहे. अधिक दूरगामी परिणाम करणारा व्यापक धर्म कोणता आणि त्या व्यापक धर्माचे रक्षण करण्यासाठी बळी गेला तरी चालेल, असा धर्म कोणता ह्याबद्दलचे ज्ञान येथे विशद केलेले आहे. प्रत्येक माणसाच्या आयुष्यात कधीतरी धर्मसंकट उद्भवतच असते. अशा धर्मसंकटाच्या वेळी माणसाने कसे वागावे, हे कृष्णाच्या ह्या कथनातून स्पष्ट झाले आहे. शेवटी, युधिष्ठिराच्या मूर्खपणाचा फायदा घेऊन जर दुर्योधनाने युद्ध जिंकून घेतले तर मग धर्माच्या विजयाचे काय? सत्याचे, न्यायाचे काय? ह्यापुढे धर्म, सत्य, न्याय हे शब्द तरी कोणाला मान्य होतील का? पुढील पिढ्यांचा ह्या शब्दांवरचा विश्वासच उडून जाईल!

कृष्ण असे कसे होऊ देईल? युधिष्ठिर केवळ एक व्यक्ती आहे. कोण्या एका व्यक्तीच्या मूर्खपणामुळे परमसत्य तसेच व्यापक धर्म संकटात सापडत असेल, त्यांवर घाला घातला जात असेल तर मग समष्टीच्या श्रद्धेचे काय?

कृष्णाच्या दृष्टीने समष्टीच्या श्रद्धेचे मोल फार आहे. त्याला समष्टीच्या ह्या श्रद्धेचे जतन करायचे आहे. म्हणून तो अर्जुनाला म्हणतो, ''अरे परंतपा*, दुर्योधनाची मांडी फोडून टाकायची प्रतिज्ञा भीमाने केली होती ना? तुला ती आठवते ना? तर मग आता त्या प्रतिज्ञेचे तू भीमाला स्मरण करून दे.'' ...आणि ह्या क्षणी, अर्जुनाने थकलेल्या भीमाकडे दृष्टिक्षेप टाकून, आपल्या मांडीवर थाप मारून, दुर्योधनाचा जंघाभंग करण्याची खूण केली.

आत्तापर्यंत भीम केवळ धर्मयुद्ध करत होता. अर्जुनाने केलेला इशारा आता त्याच्या ध्यानात आला. ह्या इशाऱ्याला कृष्णाचेही समर्थन असणार, हे त्याच्या तत्काळ लक्षात आले आणि ज्याला कृष्णाचे समर्थन असेल तो कधी अधर्म असू शकत नाही, ह्या श्रद्धेने भीमाने ते अधर्माचरण केले. त्याने दुर्योधनाच्या मांडीवर आघात करून त्याची मांडी फोडून टाकली. दुर्योधन धराशायी झाला. एक घोर

---

* परंतपा -अर्जुनाचे नाव

संकट टळले. महायुद्ध पूर्ण झाले. पांडवांचा संपूर्ण विजय झाला.

अधिक व्यापक धर्माच्या रक्षणार्थ ह्या छोट्याशा अधर्माचे आचरण केले गेले असे कितीही म्हटले, तरी अधर्म तो अधर्मच, तो काही धर्म ठरू शकत नाही. युद्धाच्या अगदी प्रारंभीच द्वारका सोडून तीर्थाटनाला निघून गेलेला संकर्षण बलराम ह्या गदायुद्धाच्या वेळी तिथे हजर होता. भीम आणि दुर्योधन, दोघांनाही गदायुद्धाचे नियम बलरामानेच शिकवले होते. आपल्या दोघा शिष्यांमध्ये होत असलेल्या त्या भीषण युद्धाची आणि त्यानिमित्ताने जणू स्वतःच्या विद्येचीच परीक्षा घेण्यासाठी बलराम त्या वेळी तिथे येऊन पोहोचला होता. भीमाने आपल्या प्रतिस्पर्ध्यावर केलेला वार नियमात बसणारा नव्हता. नाभीच्या खाली केलेला प्रहार धर्म्य नव्हे. बलरामाला हा असा अधर्म सहन होणारच नव्हता. तो अतिशय संतापला. दुर्योधनाचा पराजय झाला ह्यापेक्षाही भीमाने केलेला अधर्म त्याला अधिक झोंबला. आपले आयुध असलेला प्रचंड हल उचलून भीमावर प्रहार करण्यासाठी बलराम त्याच्यावर धावून गेला.

बलरामाने भीमावर प्रहार केला असता तर हातातोंडाशी आलेल्या पांडवांच्या विजयाचे निःसंशयपणे पुन्हा एकदा पराजयात रूपांतर झाले असते. इथे पुनश्च एकदा कृष्णाने डाव सावरला आहे. वडीलबंधू बलरामाचा हात धरून कृष्ण परत एकदा धर्माच्या बारकाव्यांचा आधार घेतो. तो म्हणतो, "हे बंधो, प्रतिज्ञेचे पालन म्हणजे सुद्धा धर्मपालनच आहे, हे तुम्ही विसरता. दुर्योधनाची मांडी फोडण्याची भीमाने प्रतिज्ञा केली होती. ही घोर प्रतिज्ञा करण्यामागचा इतिहास कोण जाणत नाही?" अशाप्रकारे, द्रौपदीवस्त्रहरणाच्या प्रसंगी दुर्योधनाने आपली मांडी उघडी करून अधर्माचे जे अभद्र वर्तन केले होते त्यातच ह्या दुसऱ्या अधर्माचे मूळ असल्याचा संकेत कृष्णाने दिला आहे. "शिवाय, ह्यापूर्वी महर्षी मैत्रेयांनी दुर्योधनाला 'गदायुद्धात तुझी मांडी तुटेल,' असा शाप दिला होता. ऋषींचा शाप व्यर्थ होत नसतो. अशा रीतीने, जे झाले ते धर्मतः झाले आहे. तरी, आता तुम्ही शांत व्हावे आणि ह्या भीमाला क्षमा करावी" असेही कृष्ण म्हणतो.

बलराम वीरपुरुष आहे. धर्म-तत्त्वे जाणणारा जाणकार आहे; परंतु कृष्णाप्रती त्याच्या मनात असलेल्या अति कोमल भावबंधांनी तो कृष्णाशी बांधला गेला आहे. युद्धाच्या पूर्वसंध्येला कृष्णाने पांडवांचा पक्ष स्वीकारला त्या वेळी, कौरवांची बाजू न्यायाची आहे, असे बलरामाला वाटत होते. असे असतानाही, कृष्ण पांडवांचा पक्ष घेणार असेल तर कृष्णाविरुद्ध कौरवांचा पक्ष घ्यायला तो तयार नव्हता. त्यामुळे त्याने युद्धापासूनच दूर राहायचे ठरवले. ह्या गदायुद्धाच्या प्रसंगी बलराम तिथे येऊन पोहोचला त्या वेळी त्याला तीर्थाटनाला जाऊन बेचाळीस दिवस पूर्ण झाले होते, असा एका श्लोकात उल्लेख आहे.

बलरामाचा क्रोध शांत करण्याचा शेवटचा उपाय म्हणून कृष्ण काळाच्या महाचक्राचा दाखला देत म्हणतो,"बंधो, हे कलियुगाच्या आगमनाचे चिन्ह आहे. कलियुग येऊन ठेपले आहे, असे समजून तुम्ही आता भीमाला क्षमा करून टाका."

कृष्णाच्या समजावणीच्या शब्दांमुळे सर्व काही बलरामाच्या लक्षात आले असे नाही; परंतु कृष्णाच्या विरुद्ध न जाण्याच्या भावनेने ओथंबलेला त्याचा एकप्रकारचा दुबळेपणाच इथे पुन्हा प्रकट झाला आहे. भीमावर उगारलेले आपले आयुध खाली ठेवून त्याने भीमाला संकटातून सोडवले असले तरी आपली नाराजी स्पष्टपणे व्यक्त करत तो म्हणतो, "दुर्योधन धर्मयुद्ध करत होता. भीमाने मात्र अधर्माचे आचरण केले आहे. धिक्कार असो ह्या भीमाचा!" एवढे बोलून तो रणक्षेत्र त्यागून तडक द्वारकेला निघून जातो.

तत्काळ निर्णय घेण्याच्या अतिकुशाग्र बुद्धीच्या बळावर कृष्णाने ह्या प्रसंगी दोन वेळा पांडवांना वाचवले आहे. दोन्ही वेळी, एका क्षणाचा जरी विलंब झाला असता तरी पांडवांच्या हातांतून निश्चितच विजय निसटून गेला असता. ऐन निर्वाणीच्या क्षणी कृष्णाने निर्णय घेतला आणि तो तत्काळ अमलातही आणला. धर्मतत्त्व म्हणजे एखादा स्थूल, जड पदार्थ नव्हे; ते जिवंत आणि अतिसूक्ष्म तत्त्व आहे. ह्या सूक्ष्मतत्त्वाची ज्याला ओळख असते त्याला वरकरणी उघड भासणाऱ्या अधर्माच्या पलीकडले धर्माचे मूळ, खरे स्वरूप गवसत असते.

हीच तर आहे कृष्णाची धर्मदृष्टी!

◆

मित्रकर्म

दुसऱ्या जागतिक महायुद्धाच्या अखेरीस ब्रिटनचे विजयी पंतप्रधान विन्स्टन चर्चिल ह्यांना कोणीतरी विचारले होते, 'हे महायुद्ध कोणत्या नावाने ओळखले जावे असे तुम्हाला वाटते?' त्यावर चर्चिल यांनी उत्तर दिले होते, 'एक निरर्थक युद्ध!'

ह्याच महायुद्धाचे दुसरे एक विजेता अमेरिकेचे अध्यक्ष रुझ्वेल्ट ह्यांनी त्याच प्रश्नावर आपली प्रतिक्रिया व्यक्त करत म्हटले होते, 'युद्धात विजयी ठरल्यानंतरही अनुभवांती मला असे वाटते, की युद्धाने कोणत्याही प्रश्नाचे निराकरण होत नसते.'

...आणि तरीसुद्धा मानवजातीचा एक दिवसही युद्धाविना गेलेला नाही. पृथ्वीच्या पाठीवर कोठे ना कोठे लढाई सुरू नाही, असा एकही दिवस मानव-इतिहासात सापडणार नाही.

चर्चिल आणि रुझ्वेल्ट यांना जे ब्रह्मज्ञान युद्धाचा अंत झाल्यावर प्राप्त झाले ते ज्ञान भारतीय युद्धाच्या पूर्वसंध्येला जवळपास सगळ्या महत्त्वाच्या पात्रांकडे आधीच होते. महायुद्ध अनिवार्य होऊ घातले आहे, हे कळत असूनही युद्ध थांबवण्यासाठी जे जे प्रयत्न केले गेले ते एकवार नजरेखालून घालण्याजोगे आहेत. हे प्रयत्न दोन भागांत अधिक बारकाईने बघितल्यास तीन भागांत विभागता येतील.

पहिल्या भागात असे प्रयत्न करणारे दूत आहेत. द्रुपदाचा राजपुरोहित आणि कौरवांच्या वतीने संजय ह्यांनी अशा दूताची भूमिका बजावली आहे. दोघांनाही त्यांच्या स्वामींनी दूतकार्यासाठी नियुक्त केले होते. प्रतिपक्षाला द्यायचा संदेश त्यांना आपापल्या स्वामींकडून स्पष्ट शब्दांत सांगण्यात आला होता. आपल्या स्वामींच्या आज्ञेनुसार त्यांनी केवळ संदेशवाहकाचे काम करायचे होते.

दुसऱ्या भागात, श्रीकृष्णाने युद्ध रोखण्यासाठी जी भूमिका बजावली त्याला

'दूतकार्य' म्हणता येणार नाही. 'दूत' हा स्वामींकडून नेमला जातो आणि त्याच्या कार्यक्षेत्राच्या सीमा अगदी स्पष्ट असतात. सामान्यतः कृष्णाला 'दूत' म्हटले गेले आहे, पण 'दूत' ह्या शब्दाविषयीचा गैरसमज हे त्यामागचे कारण आहे. कृष्णाला काही पांडवांनी नियुक्त केले नव्हते. उलट, संजयाने कथन केलेला संदेश ऐकल्यावर 'मी स्वतः कौरवसभेत जाऊन दोन्ही पक्षांच्या हितासाठी प्रयत्न करेन. तसे घडले तर मला मोठेच पुण्य लाभेल आणि समग्र सृष्टीला संहार होण्यापासून वाचवता येईल,' असे कृष्णाने आपणहून म्हटले होते. (उद्योगपर्व : अध्याय ७० श्लोक ८०-८१)

कृष्णाच्या ह्या प्रस्तावाला युधिष्ठिराने विरोधच केला आहे. अशा कामाची धुरा कृष्णाने आपल्या खांद्यावर घ्यावी, हे युधिष्ठिराला पसंत नाही. कुरु-सभेत जाऊन हे कार्य करण्याचा धोका कृष्णाने पत्करावा, हे युधिष्ठिराला योग्य वाटत नाही.

प्रथमदर्शनी दूतकार्य भासणारे हे काम करायचा कृष्णाने मात्र आग्रह धरला आहे. त्यामागची 'कृष्ण-दृष्टी' अगदी अद्भुत आहे. कृष्ण म्हणतो, "राजन, मी हे काम केल्याने, कोणालाही आपली निंदा करण्याचे कारण उरणार नाही. आपला हेतू तडीस गेला तर उत्तमच आहे, न गेला तर निदान आपण पूर्णपणे प्रयत्न केले नाहीत, असे तरी कोणी कधी म्हणू शकणार नाही!" आपला हा दृष्टिकोन कृष्णाने अर्जुनाशी बोलतानादेखील मांडला आहे. दूतकर्माच्या प्रयत्नांवर अर्जुनाची फारशी श्रद्धा नाही. ह्यामुळे युद्ध टळेल असे त्याला वाटत नाही. तरीसुद्धा तो कृष्णाला म्हणतो, "कृष्णा, तू जे काही करशील ते मला मान्य आहे." (यानंतर कृष्णाला पांडवांचा दूत कसे म्हणता येईल?)

उत्तरादाखल कृष्ण म्हणतो, "परंतपा, एखाद्या माणसाला जेवढे म्हणून प्रयत्न करणे शक्य असतील ते सगळे मी करेन, पण कुठले दैवी कार्य तर माझ्या हातून होऊ शकणार नाही!" येथे कृष्ण मानव म्हणून असलेल्या आपल्या मर्यादा स्वीकारत आहे. आपण जी करतो ती सर्व मानवी कामे आहेत, असा स्पष्ट संकेत कृष्ण देत आहे. अनेक वर्षांपासून युद्धासाठी तळमळणारा भीमसुद्धा युद्धाची भयानकता जाणून आहे. म्हणूनच, आपल्या मूळ स्वभावधर्माविरुद्ध जाऊन, तो कृष्णाला म्हणतो, "यदुवीरा, तुझ्या ह्या शिष्टाईच्या कार्यामुळे भावाभावांत बंधुत्व-भावना वाढेल आणि दुर्योधनही प्रसन्न होईल, असे काही तू करावेस."

ह्या सर्वांतून, एकीकडे युद्धाची संपूर्ण तयारी आणि दुसरीकडे होता होईतो युद्ध टाळण्याची इच्छा ह्या दोहींचे दर्शन घडते. ह्याला एकमात्र अपवाद आहे तो द्रौपदीचा! समेटाचे प्रयत्न करण्यासाठी निघालेल्या कृष्णाला आपला मोकळा केशसंभार दाखवत ती म्हणते, "भरसभेमध्ये दुःशासनाने माझे हे केस खेचले होते, तेही तू हयात असताना, ही गोष्ट कृष्णा तू विसरू नकोस!"

युद्ध निवारण्यासाठी उद्युक्त झालेला कृष्ण, आपल्या परम सखीच्या अपमानाच्या क्षणाची आठवण होताच आपल्या मूळ हेतूपासून विचलित झाल्यासारखा द्रवून म्हणतो, ''त्या वेळी द्रौपदी, तू जशी रडली होतीस तशाच, शत्रूचा नाश झाल्यावर कौरव-स्त्रियासुद्धा रडतील, याची खात्री बाळग.'' द्रौपदीबद्दलच्या आपल्या अंतरंगातल्या आपुलकीच्या भावनेतून कृष्ण हे बोलत आहे आणि हेच कृष्णाचे माणूसपण आहे. ज्या मानवी मर्यादांचा कृष्णाने अर्जुनाशी बोलताना उल्लेख केला आहे, त्यांचेच येथे प्रतिबिंब पडले आहे. कसेही करून समेट घडविण्याच्या प्रयत्नांऐवजी युद्धाची आणि कौरवांच्या नाशाची इच्छा कृष्णाच्या ह्या उद्गारांमधून उघड होते.

ही झाली कृष्णाची मानवी मर्यादा. प्रत्यक्षात, कृष्णालासुद्धा युद्ध नको आहे. युद्ध टाळण्यासाठी आपल्या प्रिय सखीचे केलेले सांत्वनही पुढे एकदा कृष्णाने पणाला लावले आहे. द्रौपदीच्या सांत्वनपर उच्चारलेले आपले शब्द कृष्णाने पणाला लावले ते शिष्टाई निष्फळ झाल्यावर हस्तिनापुराहून उपप्लव्याला परत जाताना! परतीच्या मार्गावर कृष्ण आणि कर्ण ह्यांच्यात झालेल्या संवादाच्या वेळी! हा कृष्ण-कर्ण संवाद म्हणजे ह्याआधी ज्याचा उल्लेख झाला आहे तो, युद्धनिवारण्याच्या प्रयत्नांचा तिसरा भाग. ह्या तिसऱ्या भागात ना कोणी दूत आहे, ना कोणी शिष्टाई करणारा! रक्ताचा एक थेंबही सांडल्याविना शत्रूच्या किल्ल्याचे बुरूज ढासळवून टाकण्यासाठी एका मुत्सद्दी राजपुरुषाने रचलेला एक राजकारणी डाव आहे; परंतु तो केवळ एक राजकारणी डावही नाही. युद्ध टाळता येत असेल, होणाऱ्या महासंहाराचे निवारण करणे शक्य असेल तर त्यासाठी प्रिय सखीला दिलेले वचनसुद्धा पणाला लावावे, हेच कृष्णाला अभिप्रेत असावे. युद्ध निवारण्यातच अधिक व्यापक हित सामावलेले आहे; द्रौपदीचा मोकळा केशसंभार सतत आठवून केलेल्या तिच्या सांत्वनात नव्हे! आपले वचन पूर्ण करण्यासाठी एखादा सामान्य मनुष्य वागेल तसा कृष्ण वागत नाही. माणूसपणाच्या अवघ्या मर्यादा स्वीकारल्यावरही, सर्वसामान्यांपेक्षा कृष्ण वीतभर नव्हे तर हातभर उंच असल्याचे जाणवते ते कृष्णाच्या ह्या प्रयत्नांतूनच!

सर्वप्रथम, द्रुपदाने नियुक्त केलेला राजपुरोहित दूत म्हणून हस्तिनापूरला येतो. विराटनगरीतला अज्ञातवास संपवून प्रकट झालेले पांडव ह्या वेळी उपप्लव्यात राहत आहेत. उपप्लव्य नगरी विराटनगरीच्या सीमेलगतच असावी, असे वाटते. हस्तिनापूरला आल्यावर, धृतराष्ट्र आदी सर्वांना हा राजपुरोहित पांडवांच्या वतीने राजा द्रुपदाने कळवलेला संदेश सांगतो. ह्या संदेशात, पांडवांना त्यांचा वारसाहक्क परत मिळाला पाहिजे, ह्या मागणीसोबतच, ही मागणी पूर्ण न झाल्यास पांडव किती समर्थ आहेत, ह्याचे सविस्तर कथन आहे. पांडवांच्या शक्तीची एकप्रकारे येथे धमकी दिली गेली आहे. कौरव आजपर्यंत पांडवांवर अन्यायच करत आले आहेत,

असा अगदी उघड आरोपसुद्धा ह्या वेळी ह्या दूताने केला आहे.

हे निव्वळ दूतकार्य आहे. आपल्या स्वामींचा निरोप पोहोचवण्यापेक्षा अधिक हा दूत काही करत नाही, पण त्या निरोपाचा परिणाम मात्र तत्काळ घडून येतो. धर्म पांडवांच्या बाजूने आहे, असे मनोमन मानणारे भीष्मादी वृद्ध कुरुजन त्या निरोपाचे निमित्त साधून, पांडवांना त्यांचा राज्याचा वाटा देऊन टाकावा अशी धृतराष्ट्र, दुर्योधन वगैरेंची समजूत घालतात. युद्धासाठी सज्ज झालेल्या दुर्योधनाच्या मनोबलावर त्या गोष्टीचा परिणाम झालाच असणार. अगदी अलीकडेच कर्णासहित सहा-सहा महारथी विराटनगरीच्या वेशीवर एकट्या अर्जुनापुढे पराजित झाले होते, ह्या गोष्टीची कटू आठवणसुद्धा भीष्म करून देतात.

पण... दुर्योधनाचा अहंकार हाच त्याचा सर्वांत मोठा दुबळेपणा आहे आणि धृतराष्ट्राचाही तेवढाच मोठा दुबळेपणा पुत्रमोह हा आहे. पांडवांच्या शक्तीविषयी धृतराष्ट्राच्या मनात अपार भय दाटून आले आहे. लोकनिंदेची सुद्धा त्याला भीती आहे. राजनीतीचे नियम आपल्या बाजूने नसल्याची त्याला जाणीव आहे आणि तरीदेखील धृतराष्ट्र निर्णायक शब्दात बोलू शकत नाही. राजपुरोहिताहाती उत्तरादाखल संदेश देण्याऐवजी धृतराष्ट्र त्याला तसाच परत पाठवून देतो आणि त्यानंतर आपला प्रस्ताव घेऊन, संजयाला हस्तिनापूरचा दूत म्हणून पाठवतो.

धृतराष्ट्राचा हा प्रस्ताव म्हणजे, धूर्तता, दंभ, कपट तसेच भयभीत झालेल्या माणसाची तडफड ह्या सगळ्यांचे सर्वोत्तम मिश्रण आहे. युद्ध टाळण्याचा अथवा पांडवांना त्यांचे राज्य परत करण्याचा ह्या प्रस्तावात विषयच काढलेला नाही. उलट, पांडव युद्धाची तयारी करत असतील तर त्याचे तपशील जाणून घेण्याची इच्छा आहे. पांडवाचे शक्तिसामर्थ्य मान्य करत संजय धृतराष्ट्राचा निरोप पांडवांना देत म्हणतो, ''हे युधिष्ठिरा, कृष्ण, द्रुपद, भीम, अर्जुन आदींचे तुला रक्षण लाभले असता, तुझ्यावर विजय कोण मिळवू शकेल? तू साक्षात धर्मपुरुष आहेस. आपल्याच कुटुंबीयांच्या हत्येसारखे निंद्यकर्म तू कसे करशील? कुरुवंशाची हत्या करून मिळवलेले राज्य तुला सुखी होऊ देणार नाही. जीवन नश्वर आहे, अशा नश्वर जीवनासाठी इतके घोर पाप करण्याऐवजी तुझ्यासारख्या धर्माच्या ज्ञात्याने तर राज्याचा लोभ त्यागून, यादवांच्या सोबत भिक्षावृत्तीने निर्वाह करावा हे बरे! तृष्णा बंधनात अडकवणारी असते. परलोक प्राप्तीसाठी तुझ्या हातून उत्तम पुण्यकार्य घडो.''

(युद्धाच्या आरंभी अर्जुनाने व्यक्त केलेल्या विषादाचे मूळ धृतराष्ट्राने पाठवलेल्या ह्या निरोपाच्या प्रभावात असावे, असेही म्हटले जाते. धृतराष्ट्राचे शब्द आणि अर्जुनाने व्यक्त केलेला विषाद ह्यात बरीच समानता आहे. धृतराष्ट्र मुत्सद्दी होता आणि अर्जुनाच्या स्वभावातली ऋजुता तो जाणून होता म्हणूनच त्याने असा निरोप

पाठवला असावा.)

ज्याप्रमाणे अहंकार हा दुर्योधनाचा स्वभावदोष आहे, पुत्रमोह हा धृतराष्ट्राचा दोष आहे तसाच थोरांच्या तोंडची धर्मासंबंधी सुभाषिते हा युधिष्ठिराचा अंगभूत दुबळेपणा आहे. कोणालाही स्वाभाविकपणेच क्रोध यावा आणि तिडीक उत्पन्न व्हावी, अशी धृतराष्ट्राची ही 'धर्म सांगणारी' वाक्ये ऐकून युधिष्ठिराला चीड येण्याऐवजी, लालूच दाखवणाऱ्या त्या वाक्यांच्या लाटेत तो वाहून जाताना दिसतो. त्या संदेशातला पोकळपणा ध्यानात घेऊन त्याची निर्भर्त्सना करण्याऐवजी युधिष्ठिर 'कदाचित असे असेलही', अशा प्रकारची डळमळीत मनोवृत्ती प्रदर्शित करतो. द्यूत खेळले गेले त्या वेळी कृष्ण तेथे उपस्थित नव्हता, परंतु ह्या वेळी कृष्ण अगदी तेथेच, समोर बसला आहे. कृष्ण हजर असल्यामुळे, स्वतः काही निर्णय घेण्याऐवजी, ह्या परिस्थितीत काय करणे योग्य आहे असे युधिष्ठिर कृष्णालाच विचारतो. युधिष्ठिराचा दुबळेपणा कृष्णाला माहीतच होता. कृष्ण लगेच सूत्रे आपल्या हाती घेतो. "धर्मासंबंधी अशी दांभिक वक्तव्ये येथे करू नकोस," असे बजावून कृष्ण संजयाला परत पाठवून देतो.

हस्तिनापूरला परतलेल्या संजयाने सांगितलेला वृत्तान्त ऐकून धृतराष्ट्र खरोखर भीतिग्रस्त झाला आहे. समजा, जर प्रत्यक्षात युद्ध झालेच, तर पांडवांच्या हातून आपल्या पुत्रांचा नाश होणे अनिवार्य आहे, ही गोष्ट धृतराष्ट्र पुरेपूर ओळखून आहे. त्या महाभयंकर भविष्याच्या केवळ कल्पनेनेच त्याचा थरकाप होतो. आपल्या मनातली ही धास्ती तो उघड करतो. संजय स्वतः सूतपुत्र आहे, धृतराष्ट्राचा सारथी आहे; तरीही आपल्या स्वामीला चार शब्द परखडपणे ऐकवण्याची क्षमता त्याच्याकडे आहे आणि त्याचे कटू बोल धृतराष्ट्राने ऐकूनदेखील घेतले आहेत. ह्यातून एकप्रकारे स्वामी आणि सूत दोघांची थोरवी जशी दिसून येते, त्याचबरोबर, भयभीत झालेला, मुळातच असत्यवचनी आणि पाखंडी असणारा माणूस सूतासारख्या क्षुद्र व्यक्तीद्वारे कसा हीन ठरवला जाऊ शकतो, त्याचेही दर्शन घडते. संजय आपल्या स्वामीला म्हणतो, "महाराज, ज्या दिवशी भर सभेमध्ये कपटी शकुनी एका मागोमाग एक डाव जिंकत होता, तेव्हा तुम्ही अगदी हरखून जाऊन हसत होतात ते विसरलात काय?" (उद्योगपर्व, अ. ५३) धृतराष्ट्राकडे अर्थातच यावर काही उत्तर नव्हते.

अशाप्रकारे, दूतांकरवी झालेली निरोपांची देवाणघेवाण येथे अयशस्वीपणे संपते. यापुढची कामगिरी कृष्णाने सांभाळली आहे, पण कृष्ण कोणाचाच दूत नाही. आपल्या कामगिरीविषयी स्वतः कृष्णाने, हस्तिनापूरला येऊन विदुरासमक्ष म्हटले आहे, "धर्माचे पालन करण्यासाठी मी येथे आलो आहे. धर्म जाणत असूनही त्याचे पालन न करणारा माणूस अधम असतो. संकटात सापडलेल्या जिवलगांच्या पाठीशी राहून सत्कार्य न करणारा माणूस क्रूर असतो. दुष्कृत्य करायला निघालेल्या

मित्रालाही प्रसंगी, अगदी केसाने ओढून रोखले पाहिजे. दुरावलेल्या सख्ख्या आप्तांच्या मदतीला जो मध्यस्थ बनून धावून जात नाही, त्याला सुज्ञ माणसे मित्र मानत नाहीत.''

अशा तऱ्हेने, कृष्णाने येथे आपली भूमिका स्पष्ट केली आहे. त्याची भूमिका दूताची नसून मध्यस्थाची आहे. ही मध्यस्थीसुद्धा त्याने कोणाच्या सांगण्यावरून केलेली नसून धर्मपालनाच्या हेतूने केलेली आहे. मध्यस्थ कोणाचाच पक्ष घेत नसतो आणि कृष्ण पांडवांच्या बाजूने असूनदेखील येथे मध्यस्थाची भूमिका पार पाडण्यासाठी पुढे आला आहे.

मध्यस्थाची भूमिका बजावत असला तरी कृष्ण बेसावध मात्र मुळीच नाही. तो द्रुपदाचा राजपुरोहित नाही, तसाच धृतराष्ट्राचा सारथी संजयसुद्धा नाही. आपल्या संपूर्ण शस्त्रसरंजामासहित, सात्यकीसारख्या समर्थ साथीदारासोबत आवश्यक तेवढ्या सैन्यासह तो आला आहे. दूताला अशा तऱ्हेच्या सावधगिरीची गरज नसते. दुर्योधन, कर्ण, शकुनी ह्यांचा काही भरवसा नाही, अशी कुशंका कृष्णाच्या मनात आहे.

हस्तिनापुरात कृष्णाचे भरपूर स्वागत करून, गोड गोड बोलून त्याला फूस लावण्याचे प्रयत्न दुर्योधन आणि धृतराष्ट्र दोघे करतात. त्यांच्या प्रयत्नांची उपेक्षा करता महात्मा विदुर म्हणतो, ''कृष्णाचे स्वागत तर केवळ त्याचे चरण-प्रक्षालन केल्याने होऊ शकते.' पेलाभर पाणी देऊन केलेला त्याचा सत्कारसुद्धा पुरेसा आहे.'' विदुराचे बोलणे खरे ठरले आहे. दुर्योधनाच्या भव्य प्रासादात राहण्याचे आणि भोजन करण्याचे निमंत्रण नाकारून कृष्ण विदुराकडे मुक्कामाला जातो. दुर्योधनाचे निमंत्रण न स्वीकारण्यामागचे कारण देताना कृष्णाची धर्माबद्दलची सूक्ष्म जाण उठून दिसते. कृष्ण म्हणतो, ''सहभोजन एकतर प्रेमापोटी केले जाते किंवा संकटात सापडल्यामुळे अन्य कोणताही मार्ग उरला नसल्यास केले जाते. आपण एकमेकांचे आप्त असलो तरी ह्या वेळी आपण प्रेमबंधांनी बांधले गेलेलो नाही आणि सहभोजन अनिवार्य व्हावे असे संकटही आपल्यावर ओढवलेले नाही.''

कथा-कीर्तनकारांनी लोकप्रिय केलेल्या 'विदुराच्या कण्या' ह्या उक्तीचा ह्या ठिकाणी उल्लेख करायला हवा. विदुर भक्त होता हे खरे असले तरी, केवळ कण्या रांधून खाऊ घालण्याइतका दरिद्री कधीच नव्हता. भक्त म्हटला म्हणजे तो दरिद्री, कंगालच असणार असल्या समजापोटी विदुराची ही गोष्ट कथाकारांनी प्रचलित केली असावी. प्रत्यक्षात, 'दुर्योधनाचा भव्य प्रासाद त्यजून, कृष्णाने विदुराच्या घरी जाऊन त्याचा पाहुणचार स्वीकारला,' इतकाच ह्या उल्लेखाचा संकेतार्थ आहे. 'परमेश्वराला पाखंडाने नव्हे तर हृदयीच्या भक्तिभावाने प्रसन्न करता येते,' एवढाच त्याचा सूचितार्थ आहे.

◆

कृष्ण, कुंती आणि कुरुसभा

तेरा वर्षांच्या दीर्घ कालावधीनंतर आपले पुत्र परत आले आहेत; परंतु त्याचवेळी महाविनाशाचे वारेही घोंघावत आहेत, ह्या जाणिवेच्या असह्य भाराने व्याकूळ झालेली कुंती पुत्रवत् असलेल्या कृष्णाच्या भेटीने अधिकच अस्वस्थ झाली आहे. अनेक वर्षे तिने मनात जपलेल्या दुःखांचा आणि व्यथांचा भार जणू आता वितळून वाहू लागला आहे.

जन्मदात्या पित्याने, आपल्या कन्येचे ममतेने पालन करण्याऐवजी आपल्याला कुंतिभोजाला दत्तक देऊन टाकावे, हे स्वतःचे दुर्भाग्यदेखील कुंतीला सलत आहे. कोणते ना कोणते दुःख आणि दुर्भाग्य आपल्याला जन्मभर, सतत वेढूनच राहिले होते ह्या गोष्टीच्या आठवणीने, आपल्याला दत्तक देऊन टाकणाऱ्या पित्याला कुंतीने दोष दिला आहे. (उद्योगपर्व: अ. ८८ श्लो. ५९-६०) जणू, अधिक काही गमावण्यास तयार नसल्याप्रमाणे अत्यंत रोषाने ती म्हणते, "कृष्णा, अर्जुनाला माझा निरोप सांग. म्हणावे, क्षत्रिय स्त्रिया ज्या क्षणासाठी पुत्रांना जन्म देतात तो क्षण आता येऊन ठेपला आहे. आता जर तुम्ही हा क्षण गमावलात तर महाअनर्थ घडेल. एवढेच नव्हे तर मीही तुमचा त्याग करेन. द्रौपदीच्या म्हणण्यानुसार वागण्याची हीच वेळ आहे." (द्रौपदी युद्ध करण्यास उत्सुक आहे, ह्याकडे इथे कुंतीने लक्ष वेधले आहे.)

एवढे बोलून टाकल्यावर मात्र, आपण अज्ञानापोटी असे बोलत आहोत हे लक्षात येऊन, शांत होत ती कृष्णाला लगेच म्हणते, "मधुसूदना, जे काही हितकारक असेल तेच कर रे! चुकूनसुद्धा धर्माचा लोप होईल, असे काही करू नका."

दुसऱ्या दिवशी सकाळी कृष्ण कुरुसभेत जे बोलतो त्याचा प्रारंभ समजावणीच्या

शब्दांनीच झाला आहे. सभेतील वृद्ध कुरुजनांना उद्देशून कृष्ण म्हणतो, "कुरुवंशावर सध्या संकटांचे ढग चालून आले आहेत. त्यांचे वेळीच निवारण केले नाही तर महाविनाश घडेल. हा सर्वनाश थांबवण्यासाठी तुम्ही आपल्या पुत्रांना आवरा आणि तुमच्या शत्रूला म्हणजे पांडवांना मी आवरेन. असे करण्यातच उभय पक्षांचे हित आहे. कौरव आणि पांडव दोघांची शक्ती एकवटली तर इंद्रालाही अजिंक्य अशा राज्याचा उपभोग धृतराष्ट्र घेऊ शकेल. कौरवांची हत्या करून पांडवांनी राज्य मिळवावे, अथवा पांडवांची हत्या करून कौरवांनी राज्य करावे, यांपैकी काहीच सुखकारक ठरणार नाही."

समजुतीच्या ह्या शब्दांचा दुर्योधनावर काहीएक प्रभाव पडत नाही असे दिसता, त्याला भय वाटावे म्हणून कृष्ण लगेच पुढे म्हणतो, 'तर मग हे दुर्योधना, एक गोष्ट नीट समजून घे. अर्जुनाच्या बाणांच्या वर्षावापुढे तुम्ही कोणीच टिकू शकणार नाही. तुझ्या बाजूने उभ्या राहिलेल्या आप्तमित्रांच्या मृत्यूला तूच कारणीभूत असशील. वारणावताच्या लाक्षागृहाचा बदला तुम्हाला रणभूमीवर धराशायी होऊन चुकवावा लागेल."

भीष्म, द्रोण, धृतराष्ट्र, विदुर आदी सर्व वडीलमंडळींवर कृष्णाच्या ह्या बोलण्याचा परिणाम होतो. कृष्णाचे बोल मान्य करून, अधिक विलंब न करता, समेटाला तयार होण्याची सूचना ते दुर्योधनाला करतात.

...परंतु, कृष्णाच्या समाजावणीचा किंवा धमकावणीचा दुर्योधनावर काहीही परिणाम होत नाही. उलट, आजच्या भाषेत आपण ज्याला 'सभात्याग' अथवा 'वॉक आउट' म्हणतो, अशी परिस्थिती तो निर्माण करतो. सभास्थान सोडून तो निघून जातो. दुर्योधनाच्या ह्या वर्तनानंतर कृष्ण वृद्ध कुरुजनांना आणखी एक मार्ग सुचवतो. दुर्योधन जर काहीच ऐकायला तयार नसेल तर कुरुकुलाला सर्वनाशातून वाचवणे हे आता वडीलजनांच्याच हाती आहे, असे म्हणून कृष्ण आपण केलेल्या कंसवधाची आठवण करून देतो.

कृष्ण म्हणतो, "कंसामुळे यादवकुळात फूट पडली होती. त्यामुळे 'अंधक' आणि 'वृष्णी' ही यादवकुळे भयभीत झाली होती. राजा उग्रसेनांचाही काही प्रभाव पडत नव्हता. अशा परिस्थितीत यादव कुळांना एकत्रित ठेवण्यासाठी मला नाइलाजाने कंसाचा वध करावा लागला होता. तुम्ही सुद्धा ह्याचे अनुसरण करा. दुर्योधनाला बंदी करून तुम्ही कुरुवंशाचे ऐक्य राखा; ह्यातच तुमचे सगळ्यांचे कल्याण आहे."

ह्या वेळी कृष्णाने तो सुप्रसिद्ध श्लोक उच्चारला आहे: कुळासाठी व्यक्तीचा त्याग करावा, गावासाठी कुळाचा त्याग करावा, देशासाठी गावाचा त्याग करावा आणि आत्म्यासाठी पृथ्वीचाही त्याग करावा. (उद्योगपर्व, अ. १२६, श्लोक ४१)

सभेतील ते वृद्ध कुरुजन कृष्णाच्या बोलण्यातील सत्य मान्य करतात,

एकमेकांत चर्चा करतात, पण कोणतेही निर्णयात्मक पाऊल उचलू शकत नाहीत. गांधारीचा ढालीसारखा उपयोग करून ते सगळे जण आपली अनिर्णायकी अवस्था दडवू बघतात. (इथे गीतेतील एक कथन लक्षात घेण्याजोगे आहे. युद्ध करावे की न करावे, अशा द्विधा अवस्थेमुळे गोंधळलेल्या अर्जुनाला कृष्णाने केलेल्या उपदेशात 'संशयात्मा विनश्यति' असा एक चरण आहे. इथे संशय ह्याचा अर्थ 'doubt' नसून 'indecision' आहे असे आचार्य रजनीशांनी आपल्या 'श्रीकृष्ण मेरी दृष्टि में' ह्या ग्रंथात म्हटले आहे. 'अर्जुनाने ह्या अ-निर्णयात्मकतेचा त्याग करावा, हे कृष्णाला अपेक्षित आहे. विचारपूर्वक घेतलेला चुकीचा निर्णयसुद्धा अ-निर्णयात्मकतेपेक्षा इष्ट असतो असे कृष्णाला अभिप्रेत आहे. कुरुक्षेत्रावर कृष्णाला ते अभिप्रेत होते किंवा नाही हा चर्चेचा मुद्दा ठरू शकतो, परंतु सभेमध्ये वृद्ध कुरुजनांच्या अ-निर्णायकी अवस्थेमुळे कोणतेही पाऊल उचलले गेले नाही. परिणामी सर्वनाश अटळ होऊन बसला, ह्या संदर्भात रजनीशांनी लावलेला अर्थ लक्षवेधक आहे एवढे मात्र खरे.)

दुर्योधनाला समजावण्याचे काम भीष्मांसह सर्व वृद्ध कुरुजन गांधारीवर सोपवतात. इथे कालतत्त्वाचे विराट परिमाण प्रकट होताना दिसते. जिने आपल्या डोळ्यांवर पट्टी बांधून घेतली आहे, काहीच न बघण्याचा जिने स्वच्छेने स्वीकार केला आहे, अशी एक स्त्रीच आता एकमेव 'दृष्टिमंत' उरली आहे, असे जणू मान्य करून टाकून सगळ्या ज्येष्ठ कुरूंनी हात झटकले आहेत. ते सगळे जणूकाही आपली निष्फळता गांधारीच्या पदराच्या आडोशाला दडवू पाहत आहेत.

सभा सोडून निघून गेलेल्या दुर्योधनाला मातेच्या आज्ञेवरून पुन्हा सभेत बोलावले गेले. त्यानंतर भरसभेत गांधारी त्याला म्हणते, "अरे पुत्रा, कृष्ण म्हणतो ते सर्वांच्या हिताचेच आहे. अर्धे राज्य पांडुपुत्रांना देऊन टाक आणि उरलेल्या पृथ्वीवर तू निष्कंटक राज्य उपभोग." ह्या समजावणीसोबत गांधारीची - स्वेच्छेने अंधत्व स्वीकारणाऱ्या गांधारीची दृष्टी जे पाहू शकते ते फार सुंदर आहे.

गांधारी पुढे म्हणते, "अरे बाळा, ज्यांच्या शक्तीवर तू भिस्त ठेवून आहेस ते पितामह भीष्म, गुरू द्रोण, कृपाचार्य हे सगळे तुझ्यासाठी त्यांच्या सर्वशक्तीनिशी पांडवांच्या विरुद्ध लढतील असे तुला वाटत असेल, तर तो केवळ तुझा मूर्खपणा आहे!"

ह्या सगळ्या वडीलधाऱ्यांची पांडवांवर माया आहे, न्याय पांडवांच्या बाजूने आहे हे त्यांनी मान्य केले आहे तेव्हा अशावेळी ते सर्वशक्तीनिशी पांडवांविरुद्ध लढणार नाहीत, ह्याची गांधारीला जाणीव आहे. तिचे हे आकलन हेच तिच्या दूरदृष्टीचे द्योतक आहे. दुर्योधनाच्या अहंकारी फूत्कारांना निष्प्रभ करण्यासाठी तिने हादेखील उपाय करून पाहिला आहे.

जन्मदात्रीची ही आर्षवाणी सुद्धा कालक्रम चुकवू शकत नाही. संतापलेला

दुर्योधन पुन्हा एकदा सभा त्यागून निघून जातो.

अशा तऱ्हेने सभेतून निघून गेलेला दुर्योधन थोड्याच वेळात सभेत पुन्हा प्रवेश करतो त्या वेळी तो पूर्णतया काळाच्या प्रभावाखाली आहे. ह्या वेळी तो कृष्णाला कैद करण्याच्या पूर्ण तयारीनिशी आला आहे. कृष्ण म्हणजे केवळ पांडवांचीच शक्ती आहे असे नव्हे; कुरुसभेमध्ये सुद्धा कृष्णाचा आत्यंतिक प्रभाव पडत आहे, ह्या गोष्टीचा साक्षात्कार झाल्यावर आता कृष्णालाच बंदी करून दुर्योधन स्वतःचा उद्देश तडीस नेऊ पाहत आहे. कृष्णाला बंदी करण्याचा त्याचा मानस सर्वप्रथम सात्यकी ओळखतो. तो कृतवर्म्याला सावध करून सोबत आलेल्या सैन्याला सज्ज ठेवण्याचा इशारा करतो.

भीष्म, धृतराष्ट्र, द्रोणादी सर्वांमध्ये हाहाकार माजलेला असताना कृष्ण अत्यंत निर्लेपपणे म्हणतो, ''हे राजा, मी मनात आणले तर तुझ्या ह्या पुत्राला पकडून आत्ताच पांडवांच्या हवाली करू शकतो हे तू जाणतोस; परंतु ते क्रोधाने प्रेरित होऊन केलेले कर्म ठरेल आणि म्हणूनच निंद्यही ठरेल. अशा प्रकारचे निंद्यकर्म मी करणार नाही.''

त्यानंतर दुर्योधनाकडे दृष्टी वळवून कृष्ण म्हणतो, ''मी एकटा आहे असे तुला वाटते आहे ना, तर आता तू माझे हे स्वरूपदेखील बघ! मी एकटा नाही!'' असे म्हणून कृष्ण आपल्या विक्राळ विश्वरूपाचे दर्शन घडवतो. कृष्णाच्या त्या रूपात त्याच्या शक्तीचे प्रकटीकरण आहे. पुढील काळात कुरुक्षेत्राच्या रणभूमीवर प्रकट होणार असणाऱ्या त्याच्या विराट स्वरूपाचाच येथे संकेत आहे. आपली विराट शक्ती प्रकट करत असतानाही कृष्णाच्या मुखावर स्मित झळकत आहे- अज्ञानी माणसाच्या समोर केलेले करुणेचे स्मित- साक्षात सत्य डोळ्यांपुढे प्रगट झाल्यावरही ज्याला त्या सत्याची ओळख पटत नाही, अशा दयनीय जीवापुढे जणू परमात्म्याच्या करुणेचे स्मित!

ह्या अनुषंगानेच एक प्रश्न उपस्थित होतो!

कुरुक्षेत्रावर अर्जुनाला विश्वरूप दर्शन घडवताना कृष्णाने म्हटले आहे, 'तेजोमयं विश्वमनन्तमाद्यं, यन्मे त्वदन्येन न दृष्टपूर्वम' (गीता, अ. ११, श्लो. ४७) 'माझे हे तेजोमय, अनादी-अनंत रूप यापूर्वी कोणी पाहिले नाही.' जर हे विश्वरूप ह्या आधी कोणी पाहिलेले नाही तर मग कृष्णाने कुरुसभेत जे रूप दाखवले ते कोणते रूप होते? कुरुसभेतले ते रूप पाहण्यासाठी कृष्णाने दिव्यचक्षू दिले होते आणि कुरुक्षेत्रावरील रूपही अर्जुन दिव्यचक्षूंनीच बघू शकला आहे- चर्मचक्षूंनी नव्हे. तर मग ह्या दोन्ही रूपांमध्ये काही तात्त्विक फरक होता काय?

एक फरक मात्र नजरेत भरण्यासारखा आहे. कुरुसभेतील रूप हे दुर्योधन आदींना भयत्रस्त करण्यासाठी होते तर कुरुक्षेत्रावरील रूप अर्जुनाला महाकाळाचा

साक्षात्कार घडावा ह्यासाठी आहे. कुरुसभेतील रूपात कृष्णाच्या देहामध्ये सर्व यादव आहेत कृष्ण आणि बलराम हेसुद्धा आहेत, सगळ्या देवता आहेत, ब्रह्मा तसेच रुद्र आहेत, सर्व आदित्य, सर्व वसू, अश्विनीकुमार, यक्ष, गंधर्व आणि नागही आहेत. त्यात पांडवसुद्धा आहेत, पण कौरव अथवा भीष्म-द्रोणादी कोणी नाही. कृष्णाला कदाचित असे अभिप्रेत असावे, की एके ठिकाणी एकवटलेली ही अवघी सकारात्मक तत्त्वे आपल्या आवाक्यात घेणे दुर्योधनाला शक्य होणार नाही. यावेळी कोणतेही नकारात्मक तत्त्व – धर्माच्या बाजूने नसणारे कोणतेही तत्त्व प्रदर्शित झालेले नाही.

ह्याउलट, कुरुक्षेत्रावरील रूप साक्षात महाकाळाचे रूप आहे. त्यात समग्र विश्वच नव्हे तर ब्रह्माण्डातील सर्वच तत्त्वे सामावली आहेत. त्यात धर्माने प्रेरित असलेली आणि धर्माची उपेक्षा करणारी अशी दोन्ही प्रकारची तत्त्वे आहेत. कुरुसभेतल्या रूपात कृष्णाच्या देहातून वारंवार अग्निज्वाला प्रगट होत होत्या. कुरुक्षेत्रावर कृष्णाच्या देहातून हजारो सूर्य दृश्यमान होत होते. काळ सर्वकाही निश्चित ठरवून चुकला आहे आणि काळाच्या जबड्यातून कोणीही बचावला नाही, ह्याचा स्पष्ट संकेत कुरुक्षेत्रावरील विश्वरूपदर्शनात आहे.

अशाप्रकारे, कुरुसभेत शिष्टाईचा प्रयत्न निष्फळ ठरल्यानंतर उपप्लव्याला पांडवांकडे परत जाण्याआधी कृष्ण पुन्हा एकदा कुंतीला भेटतो आणि तिचा निरोप घेतो. समेटाचा प्रयत्न निष्फळ ठरल्याचे समजताच आता मात्र कुंती आपल्या पुत्रांना युद्ध करण्याचाच संदेश पाठवते. आता समेटाने भूमी मिळाली तरी स्वीकारू नये, युद्ध करून राज्य मिळवण्यातच गौरव आहे, असा ती सल्ला देते.

पूर्वी एकदा, राजा मुचकुंदावर प्रसन्न झालेल्या कुबेराने त्याला राज्य आणि समृद्धी देऊ केली असता मुचकुंदाने त्या गोष्टी नाकारताना म्हटले होते, 'कोणाच्या कृपेने मिळालेले काही घेण्यापेक्षा स्वतःच्या बाहुबळावर जे प्राप्त करता येईल, त्याचाच उपभोग घेणे मला अधिक उचित वाटते.' कुंती इथे त्याची आठवण करून देते. एवढे सांगून ती 'राजा कालस्य कारणं' ह्या सुप्रसिद्ध उक्तीचा उल्लेख करते. राजामुळेच काळाची निर्मिती होत असते, राजा हाच काळाचे कारण ठरत असतो असे म्हणताना शासन करण्यातली सफलता, शासनामागचा हेतू, शासनातली खंबीरता इत्यादींमुळे निर्माण होणारा आणि अतित्वात असणारा काळ कुंतीला अभिप्रेत आहे. राजा उत्तम असेल तर राज्यात 'सत्ययुग' अवतरू शकेल आणि राजा नीच प्रकृतीचा असेल तर 'कलियुग' अवतरेल असाच आशय ह्यातून निघतो. दुसऱ्याच क्षणी कुंतीने तो आशय स्पष्टही केला आहे : 'सत्ययुग, त्रेतायुग, द्वापार वा कलियुग... अशा सर्जनाला राजाच कारणीभूत असतो.'

◆

कर्ण आणि कृष्ण : वेदना आणि महत्ता ह्यांचे गुणोत्तर

महायुद्ध थोपवण्यासाठी आणि त्यायोगे समग्र आर्यावर्ताला महाविनाशापासून वाचवण्यासाठी कृष्णाने केलेल्या प्रयत्नांत साम, दाम आणि दंड ह्या तीनही पैलूंचे दर्शन कुरुसभेत घडले आहे. कुरुवृद्धांची समजूत पटवल्यानंतर, पांडवांचे साहाय्य मिळाल्यास धृतराष्ट्र किती समर्थ राजा बनू शकेल, ह्याचे अतिशय लोभस आणि मोहक चित्रण कृष्णाने कुरुसभेत केले आहे. शेवटी, पांडवाच्या सामर्थ्यापुढे कौरवांचा नाश कसा अटळ आहे त्याचेही भयावह चित्र कृष्णाने उभे केले आहे; तसेच आपले विराट दर्शन घडवून साक्षात भयही उत्पन्न केले आहे.

साम, दाम आणि दंड हे राजनीतीचे तीनही पर्याय निष्फळ ठरल्यानंतर महाविनाश रोखण्यासाठी कटिबद्ध असलेला कृष्ण आता 'भेद' हा शेवटचा पर्याय अजमावून पाहायचे ठरवतो. 'भेदनीती'ची कृष्णाची ही अगदी आगळीच तऱ्हा आहे. आपल्या स्वार्थासाठी विरोधकांमध्ये फाटाफूट घडवून त्यायोगे आपली पोळी शेकून घेण्याची हीन नीती त्याची नाही. समग्र विश्वाला महाविनाशातून वाचवण्याच्या उदात्त हेतूनेच कृष्णाने सरतेशेवटी 'भेदनीती'चा आश्रय घेतला आहे. खरेतर, कृष्णाच्या 'भेदनीती'च्या मुळाशी काय आहे, ते महारथी कर्णाने जाणले आहे. 'भेदनीती'चा असा आश्रय घेण्याच्या क्षणी, त्या 'भेदनीती'च्या मुळाशी असलेली उदात्तता कर्णाने अधिक उजळपणे प्रकट केली आहे. अशा रीतीने, ह्या वेळी कर्ण कृष्णापेक्षाही अंगुळभर श्रेष्ठ ठरला आहे.

कुरुसभेत असताना साम, दाम आणि दंड ह्यांचा आश्रय घेणारा कृष्ण

इतरांपेक्षा हातभर उंच वाटतो तोच कृष्ण आता ह्या 'भेदनीती'चा आसरा घेत असताना मात्र कर्णाचा समकक्ष वाटू लागतो; एवढेच नव्हे तर क्वचित कर्णापुढे फिका पडलेला सुद्धा वाटतो. मुळात मलिन असलेली ती 'भेदनीती' हेच त्यामागचे कारण असू शकेल. हेतू श्रेष्ठ असला तरी तो सिद्ध व्हावा म्हणून हीनतेचा आश्रय घेतला गेला तर, हेतू कितीही उदात्त असो, ती व्यक्ती कितीही निर्मल असो; परंतु कोळशाच्या खाणीत उतरणारा कधी विशुद्ध राहू शकत नाही, हाच अर्थ यातून निघतो. महामनीषी व्यासांनाही कदाचित हेच सुचवायचे असेल.

कृष्णशिष्टाई निष्फळ ठरल्यानंतर भीष्मादी कुरु-वृद्ध अतिशय जड अंतःकरणाने कृष्णाला निरोप देण्यासाठी हस्तिनापूरच्या वेशीपर्यंत जातात. ह्यापुढील भेटीत प्रेमभावने ऐवजी वैरभावना अधिक बलवत्तर ठरणार आहे, एकमेकांचे शब्द नव्हे तर बाणच बोलणार आहेत, ह्याची सगळ्यांनाच स्पष्ट कल्पना आली आहे. भीष्मादिकांचा शेवटचा निरोप घेतल्यावर, कृष्णाच्या येण्याकडे डोळे लावून बसलेल्या पांडवांचे वसतिस्थान असलेल्या उपप्लव्याच्या दिशेने निघताना, आपल्याला निरोप द्यायला आलेल्यांपैकी कर्णाला कृष्ण आपल्यासोबत घेतो. थोड्याच वेळापूर्वी कुरुसभेत कृष्णाला बंदी करण्याच्या दुर्योधनाच्या योजनेत हा कर्णदेखील सामील होता, हे माहीत असूनही त्याच कर्णाला कृष्ण आपल्यासह रथात येण्याचे आमंत्रण देतो.

भूतकाळात घडून गेलेल्या घटनांमध्ये अडकून राहण्यापेक्षा, व्यापक मानवहितांचा विचार करून, भविष्यात जे घडणार आहे, ते ओळखून त्या संदर्भातच एखाद्या व्यक्तीचे मूल्यमापन करू शकतो तोच राजनीतीमध्ये शहाणा, ज्ञानी ठरतो. कृष्ण हा असाच चतुर आणि महाज्ञानी होता. आपल्याला बंदी करण्याच्या हीन कर्मात कर्णाचा सहभाग असला तरी महाविनाश रोखण्याच्या आपल्या उद्देशात कर्णाचा अजूनही उपयोग होऊ शकतो, हे कृष्ण जाणून आहे. म्हणूनच आपली वैयक्तिक आवडनिवड, आपला वैयक्तिक राग-द्वेष ह्या सगळ्याच्या पलीकडे जाऊन तो कर्णाला आपल्यासोबत बोलावून एक अखेरचा प्रयत्न करून पाहतो.

ज्यांच्या सामर्थ्यावर भिस्त ठेवून दुर्योधन पांडवांना पराभूत करण्याचे गणित मांडत होता असे तीन मुख्य, समर्थ योद्धे होते भीष्म, द्रोण आणि कर्ण. ह्यांपैकी भीष्म आणि द्रोण जरी कौरवपक्षाशी बांधले गेलेले असले, तरी त्यांच्या मनाचा कल पांडवांकडे झुकलेला आहे, हे गांधारीने कुरुसभेत उघडकीला आणलेले सत्य दुर्योधनालाही माहीत होते. दुर्योधनाची भिस्त मुख्यत्वे कर्णावरच होती. कर्णाच्या मनात पांडवांविषयी वैरभाव आणि रोष ओतप्रोत भरलेला होता, त्यामागे कारणही रास्तच होते. अशा रीतीने, वैर आणि रोष ह्या भावनांनी प्रेरित होऊन कर्ण सर्वशक्तींनिशी पांडवांविरुद्ध लढेल, ह्यात मुळीच संदेह नव्हता. म्हणजेच, कर्ण

हा एकप्रकारे, दुर्योधनाच्या रणनीतीचा कणा होता. हा कणाच जर दुर्बल झाला असता तर दुर्योधनाचे अवघे बळ कमकुवत झाले असते आणि तसे झाल्यास पुनश्च एकदा समेटाची शक्यता मांडून पाहता आली असती आणि आर्यावर्ताला महाविनाशापासून वाचवता आले असते. दुर्योधनाच्या रणनीतीचा हा मुख्य आधार खच्ची करून मानवजातीला वाचवण्यासाठी कृष्ण हीन म्हणता येईल, अशा 'भेदनीती'चा इथे आश्रय घेतो. ह्या मलिन नीतीचा अवलंब केल्यामुळे आपले व्यक्तिमत्त्व झाकोळले गेले तर जावो, युद्धाच्या विनाशातून मानवजातीचा बचाव करण्याखातर 'कृष्ण' ह्या एका व्यक्तीचे चरित्र कलंकित होणार असेल तर खुशाल होवो; व्यक्तीपेक्षा समष्टी अधिक मोठी, महान असते, हे आपले शब्द म्हणजे केवळ पोपटपंची नव्हती ह्याची प्रचितीच जणू कृष्ण स्वतःला पणाला लावून ह्या प्रसंगी करून देतो. हीच तर कृष्णाच्या व्यक्तित्वाची थोरवी आहे!

सूतपुत्र हीच आपली ओळख आहे, हा कर्णाच्या मनातला सर्वांत मोठा सल आहे, त्याचा 'कुजन्म' सतत त्याचे मन कुरतडत असतो, ह्याची पुरेपूर जाणीव कृष्णाला नसली तरच नवल! हा डंख हीच त्याची दुर्बलता आहे आणि हा डाग पुसला गेला तर अर्जुन आणि युधिष्ठिरासह तत्कालीन समस्त क्षत्रियांमध्ये कर्णच अधिक समर्थ, अधिक ओजस्वी क्षत्रिय आहे, हे कृष्णच नव्हे तर अन्य सगळे जाणून होते. म्हणूनच कर्णाच्या मर्मस्थानावर कृष्ण सर्वप्रथम बोट ठेवतो.

कर्णाच्या जन्माचे रहस्य अगदी प्रथमच उघड करत असल्यासारखे कृष्ण म्हणतो, "कर्णा, अरे तू सूतपुत्र नाहीस. कुंतीच्या कौमार्यावस्थेत तिच्या उदरी जन्माला आलेला तू कुंतीचे अपत्य आहेस. युधिष्ठिरादी पाच भाऊ जसे पांडव आहेत तसाच तूसुद्धा सहावा पांडवच आहेस. एवढेच नव्हे तर तू सर्वांत ज्येष्ठ पांडव आहेस. तू जर पांडवांच्या पक्षात आलास तर तुझ्या ज्येष्ठत्वामुळे युधिष्ठिर तुझा युवराज बनून राहील, अर्जुन तुझा अनुज म्हणून तुझी सेवा करेल."

दुर्योधनाच्या कृपेमुळेच अंगराज बनलेल्या आणि त्यानुसार हस्तिनापूरच्या छायेत वावरणाऱ्या कर्णाच्या दृष्टीने पाहता हा अत्यंत आकर्षक प्रस्ताव होता. आपला जन्मभराचा प्रतिस्पर्धी अर्जुन अनुज बनून सदैव आपल्या सेवेला हजर असेल आणि आर्यावर्तातल्या समर्थ राज्याच्या सिंहासनावर आपण विराजमान होऊ ही नुसती कल्पनाच कोणालाही उत्तेजित करेल अशी होती, परंतु कर्ण अजिबात विचलित होत नाही. उलट, कृष्णाने उघड केलेले आपले 'जन्मरहस्य' आपल्याला ह्याआधीच माहीत होते, असे कर्ण सांगून टाकतो.

अशा तऱ्हेने 'कुंतीपुत्र' म्हणून ओळखला जाण्याची दाखवलेली लालूच त्याला स्पर्शूनही जात नाही. आपला भूतकाळ आठवून तो म्हणतो, "कृष्णा, पांडव म्हणवला जाण्याचे दिवस कधीच निघून गेले. मी 'सूतपुत्र' म्हणूनच जगत आलो

आहे आणि आता त्यातच माझा गौरव आहे, असे मला वाटते. 'सूतपुत्र' म्हणवून घेण्याऐवजी जर मी आता 'पांडुपुत्र' म्हणवून घ्यायला निघालो तर तो दुर्योधनाच्या मैत्रीशी आणि विश्वासाशी द्रोह ठरेल. अशा द्रोहाबद्दल बोलणे तुझ्यासारख्या धर्मनिष्ठाला शोभून दिसत नाही.''

सिंहासन अथवा सत्ता ह्यांसारख्या गोष्टींची लालूच दाखवून कर्ण वश होत नाही, असे दिसल्यावर कृष्ण आणखी एक प्रयत्न करून पाहतो. द्रौपदीला जिंकण्यासाठी कर्णाने स्वयंवरात भाग घेतला होता; परंतु त्याच्या हीन कुळामुळे द्रौपदीने त्याला नाकारले होते. द्रौपदी पाच पांडवांची संयुक्त पत्नी होती; कर्ण ज्येष्ठ पांडव झाला असता तर धर्मानुसार ती सहा जणांची पत्नी बनली असती आणि त्यायोगे द्रौपदीला प्राप्त करून घेण्याचे कर्णाचे स्वप्न साकार झाले असते. कर्णाच्या ह्या हळव्या परंतु मानसशास्त्राच्या दृष्टीने स्वाभाविक बाबीला स्पर्श करत कृष्ण म्हणतो, ''कर्णा, द्रौपदी आपल्या पाच पतींची करते तशीच तुझीसुद्धा सेवा करेल...''

ह्या ठिकाणी आपल्या मनात एक प्रश्न नक्कीच उद्‌भवतो. वस्तुतः द्रौपदीला स्वयंवरात अर्जुनाने जिंकले होते. धर्मशास्त्रातील जटिल असे लहान-मोठे असंख्य तर्क लढवत, ऊहापोह करून कृष्णाने द्रौपदीला पाचही पांडवांची पत्नी ठरवण्यात साहाय्य केले होते. द्रौपदीने पाच भावांची पत्नी व्हावे आणि त्यासाठी कृष्णाने साहाय्य करावे, हेच मुळात निरपवाद ठरावे असे नाही. ह्यात आणखी भरीला म्हणावे तसे, शिष्टाईसाठी उपप्लव्याहून निघतेवेळी कृष्णसख्याला द्रौपदीने आपले मोकळे केस दाखवून आपल्या सुडाची आठवण करून दिली होती. त्या वेळी कृष्णानेही, 'तुझ्या मोकळ्या केसांचा सूड अवश्य घेतला जाईल,' असे म्हणून सखीचे सांत्वन केले होते....आणि तरीसुद्धा द्रौपदीच्या अंतरीच्या भावनांचा मुळीच विचार न करता, द्रौपदी म्हणजे जणूकाही एखादी वस्तू असावी अशाप्रकारे कृष्ण तिचा 'विनियोग' कसा काय करू धजला? कृष्णाचा प्रस्ताव मान्य करून कर्ण जर ज्येष्ठ पांडव व्हायला तयार झाला असता तर जन्मभर वैरभावाने धगधगणाऱ्या कर्णाची सेवा करण्यासाठी कृष्णाने द्रौपदीची समजूत कशी घातली असती? 'कर्णाला स्वीकार' तो म्हणूच कसे शकला असता? द्रौपदीचा असा विनियोग करण्याचा कृष्णाला अधिकारच काय? द्रौपदीच्या स्वतंत्र व्यक्तित्त्वाची अशी भयानक अवहेलना कृष्ण कशी काय करू शकला?

...परंतु किंचित खोलात जाऊन विचार केला असता, कृष्णाच्या ह्या प्रस्तावातील अपार उदात्तता चट्‌कन दिसून आल्याशिवाय राहत नाही. 'भेदनीती'चा मार्ग अवलंबिण्याइतक्या हीन पातळीवर कृष्णाने स्वतःला उतरवले आहे. 'भेदनीती'च्या मलिनतेचा स्पर्श परिणामांना उज्ज्वलता प्राप्त करून देणार असेल तर त्यासाठी

हीन मार्ग अवलंबिण्याचा कलंक स्वतःवर ओढवून घ्यायला कृष्ण तयार आहे. हे पाऊल उचलताना त्याने स्वतःसोबत द्रौपदीलाही त्यात समाविष्ट करून घेतले आहे. कृष्णाचा आपल्या सखीवरचा असीम विश्वासच त्यातून डोकावताना दिसतो. आपण अयोग्य गोष्ट करत आहोत, ह्याची जाणीव त्यावेळी कृष्णाला नसेल असे कोणीच मानणार नाही; परंतु ह्या चुकीच्या गोष्टीतही द्रौपदी आपल्या बाजूने उभी राहील, अशी अपार श्रद्धा कृष्णाला तो प्रस्ताव बोलून दाखवायला उद्युक्त करू शकली असेल. उज्ज्वल परिणामासाठी आपण स्वतः ज्याप्रमाणे एक प्रकारे किंमत मोजली आहे, तशीच द्रौपदीसुद्धा स्वतःची वैयक्तिक खुशी-नाखुशी विसरून अवघ्या मानवजातीचा संहार टाळण्यासाठी आपल्याला पाठिंबा देईल, असा कृष्णाला दृढ विश्वास असेल, तरच कृष्ण असे करायला धजावेल. द्रौपदीला युद्धाची तहान लागली असली तरी तिच्या मनात समग्र विश्वाच्या कल्याणाची भावनाच बलवत्तर आहे, हे कृष्णाशिवाय दुसऱ्या कोणाला ठाऊक असणार?

कर्ण मात्र प्रस्ताव ऐकूनही विचलित होत नाही; एवढेच नव्हे तर हा प्रस्ताव धर्म्य नाही, असे म्हणून जणूकाही कृष्णावर मात करतो. कर्ण म्हणतो, ''यदुनंदना, आता पत्नी-पुत्र-पौत्रादींमध्ये मन असे काही गुंतले आहे, की आता असा कोणता विचारसुद्धा मनात येणे योग्य नव्हे!''

अशाप्रकारे, कृष्णाने प्रस्तावित केलेल्या एकाही मोहात कर्ण अडकत नाही. उलट, 'आर्षद्रष्टा' अशा त्याच्या एका आगळ्या प्रतिभेचे ह्या प्रसंगी दर्शन घडते. कृष्णाने दिलेले युद्धाच्या महाभयानकतेचे संकेत ऐकून कर्ण जरासे हसून म्हणतो, ''युद्धाचा अंत काय होणार ते तर स्पष्टच आहे कृष्णा! साक्षात कृष्णच ज्यांच्या पक्षात आहे, ते पांडव विजयी होतील याविषयी मला मुळीच संदेह नाही. म्हणजेच, आपल्या पराभवाची कर्णाला सुस्पष्ट कल्पना आहे, पण तरीदेखील हा संभाव्य पराजय टाळण्यासाठी विपक्षात जाण्याचा विचार त्याला तिळमात्रही मान्य नाही. पुढील काळात जी गोष्ट कृष्ण 'गीता'रूपाने अर्जुनाला सांगणार आहेत, तिचे जणूकाही प्रत्यक्ष व्यावहारिक दर्शन कर्णाच्या ह्या वर्तनात दिसून येते. 'स्वधर्मे निधनं श्रेयः, परधर्मो भयावहः'। गीतेच्या ह्या बोधाचेच जणू कर्ण येथे अनुसरण करत आहे.

कर्णाच्या व्यक्तिमत्त्वाचा सर्वाधिक उन्नत पैलू त्याच्या एका विनंतीमध्ये आहे. तो कृष्णाला म्हणतो, ''कृष्णा, मी ज्येष्ठ 'कुंतीपुत्र' आहे ही गोष्ट तू चुकूनसुद्धा युधिष्ठिराच्या कानी पडू देऊ नकोस. तसे झाले तर ज्येष्ठ भ्राता म्हणून युधिष्ठिर स्वतःचे राज्य मला सोपवून देईल आणि मी ते राज्य अर्थातच दुर्योधनाच्या हाती सुपुर्द करून टाकेन; कारण माझ्यावर दुर्योधनाच्या मैत्रीचे ऋण असल्याने मी दुर्योधनाशी प्रतिबद्ध आहे. असे घडणे योग्य नव्हे. सम्राट होण्यास युधिष्ठिरच

अधिक योग्य आहे.''

असे, कर्णाच्या मनात सर्व काही सुस्पष्ट आहे. सहन होऊ नये इतके स्पष्ट आहे. वास्तवाचे आकलन झाल्यावर, जराही मागे-पुढे करण्यास वाव असू नये, अशा परिस्थितीत सापडल्याची वेदना जिरवून टाकणे, ही सोपी गोष्ट नाही. कर्णाने ही वेदना जिरवली आहे आणि म्हणून... तो कृष्णापेक्षाही अंगुळभर उंचावर असल्याचा क्षणभर भास होतो.

कृष्णानेही आजन्म अपार वेदना सोसल्या आहेत. वेदना सोसण्याच्या बाबतीत ह्या क्षणी मात्र कर्ण कृष्णाहून पुढे आहे. वेदना सहन करण्याच्या, वेदना जिरवू शकण्याच्या क्षमतेतून महत्ता प्रगट होत असते, असाच जणू संकेत यातून मिळतो.

...परंतु कर्णाची व्यथा-वेदना कृष्णाच्या व्यथे-वेदनेपेक्षा वेगळी आहे ती इतकीच, की कर्णाच्या व्यथेत एक व्यक्ती सामावलेली आहे, कृष्णाच्या बाबतीत कृष्ण एक व्यक्ती म्हणून कुठेच नाही, आहे ती समष्टी आणि समष्टीच!

◆

स्वधर्म आणि आकलन

‘महाभारता’तील घटनांची व्याप्ती इतकी प्रचंड आहे, त्या घटना इतक्या गुंतागुंतीच्या आहेत, की ह्या घटनाचक्रात भाग घेणारे आणि धर्म नामक तत्त्वाशी पुसटशी तरी ओळख असणारे एकही पात्र कधी ना कधी, कुठे ना कुठे आपल्या स्वतःच्या भूमिकेविषयी विषाद अनुभवल्यावाचून राहिलेले नसेल. कृष्ण आणि भीष्मांपासून ते अगदी अश्वत्थाम्यापर्यंत एकूण एक पात्रांबद्दल असे म्हणता येईल, असे प्रसंग ‘महाभारता’त आढळतात.

ह्यांत अर्जुनाच्या विषादाची कथा सर्वाधिक ख्यात आहे. प्रत्यक्ष युद्धाच्या प्रारंभीच ‘घसा कोरडा पडत आहे, गात्रे शिथिल होत आहेत, गांडीव धनुष्य हातांतून गळून पडत आहे आणि त्वचेचा दाह होत आहे,’ असे म्हणत अर्जुन हात-पाय गाळून बसला आहे. युद्ध करून विजय प्राप्त करण्याविषयी त्याच्या मनात तीव्र विषाद उत्पन्न झाला आहे.

युद्धाअंती विजय मिळवल्यानंतर युधिष्ठिरालासुद्धा अशाच विषादाने घेरून टाकले आहे. युद्धाच्या निरर्थकतेबद्दल तो इतका काही व्यग्रचित्त होतो,की हस्तिनापुरात प्रवेश करून राज्याभिषेक करवून घेण्यास तो नकारच देतो. ‘आम्ही का जिंकलो, आम्ही कशासाठी जिंकलो,’ असे प्रश्न तो वारंवार विचारत राहतो.

दुष्टपणाचे प्रतीक असे ज्याचे चित्रण झाले आहे, तो दुर्योधनदेखील कुरुक्षेत्राच्या रणभूमीवर अशाच विषादाने ग्रस्त झालेला दिसून येतो. युद्धाच्या पंधराव्या दिवशी सात्यकीशी लढताना तो म्हणतो, “सात्यकी, अरे एकेकाळी प्रेमबंधनाने बांधले गेलेले आपण सारे आज परस्परांचा नाश करण्यासाठी लढत आहोत! काय ही घोर विटंबना! धिक्कार असो आपल्या त्या लालसेचा आणि धिक्कार असो आपल्या क्षात्रधर्माचा!” (द्रोणपर्व)

ह्या सगळ्यात अर्जुनाचा विषाद सर्वांहून भिन्न रूपात आलेखला गेला आहे; कारण त्या विषादाला कृष्णाचा संस्पर्श झाला आहे. हा संस्पर्श अर्जुनाच्या विषादाला अन्य सगळ्यांच्या विषादाहून अलग करून योगाच्या भूमिकेवर घेऊन जातो.

अर्जुनाच्या विषादाला योगाच्या भूमिकेपर्यंत घेऊन जाण्याचा आणि त्याला स्वधर्माचे पुनर्स्मरण करून देण्याचा कृष्णाचा हा प्रयास 'श्रीमद्‌भगवद्‌गीता' नावाने प्रसिद्ध आहे. आज हजारो वर्षांनंतरही, गीतेचा अमुक एकच निश्चित असा सर्व-स्वीकृत अर्थ प्रस्थापित होऊ शकलेला नाही. गांधीजींना कृष्णाच्या उपदेशात अहिंसेचे दर्शन घडले, तर लोकमान्य टिळकांना त्यात शुद्ध कर्मयोग दिसला. 'गीते'त प्रतिध्वनित होणारे 'ज्ञानयोग' आणि 'भक्तियोग'सुद्धा अंततः 'कर्मयोग' प्रतिपादित करण्यासाठीच आहेत, असे लोकमान्यांना वाटते. विनोबाजी त्याला 'मोहनिराकरण' म्हणतात. प्रत्येक वाचनात ज्यातून नवनवीन अर्थ-सार काढता यावे, असा हा उपदेश अठरा अक्षौहिणी सैन्याच्या अगदी मधोमध उभे ठाकलेले असताना दिला गेला आहे. 'भीष्मपर्वा'च्या तेविसाव्या अध्यायापासून ते चाळिसाव्या अध्यायापर्यंत त्याचा विस्तार आहे.

ह्या उपदेशाची व्याप्ती किती श्लोकांत विभागली गेली आहे, ह्याबद्दल बरीच मतभिन्नता आहे. ह्या उपदेशाच्या शेवटी 'भीष्मपर्वा'त एक श्लोक असा आहे, 'अशाप्रकारे कृष्णाने ६२०, अर्जुनाने ५७, संजयाने ६७ आणि धृतराष्ट्राने १ असे एकूण ७४५ श्लोक म्हटले.'

ह्याउलट, 'गीते'च्या सध्या प्रचलित असलेल्या आवृत्त्यांमध्ये एकूण ७०० च श्लोक आहेत. ज्या श्लोकांत गीतेत एकूण ७४५ श्लोक असल्याचा उल्लेख आहे, तो श्लोक 'महाभारता'च्या सर्वच आवृत्त्यांमध्ये नाही आणि तो श्लोकच प्रक्षिप्त आहे असेही एक मत आहे. समजा, हा श्लोक प्रक्षिप्त आहे, असे मान्य केले तरी, ७४५ श्लोक असलेल्या गीतेच्या प्राचीन प्रतीसुद्धा उपलब्ध आहेतच की! गीतेच्या ७४५ श्लोक असणाऱ्यासुद्धा काही प्रती मिळतातच. सध्या जे ७०० श्लोक प्रचलित आहेत त्यांपैकी कृष्णाच्या मुखी ५७५ श्लोक आहेत. ह्याचा अर्थ असा, की कमी असलेले ४५ श्लोक कृष्णाच्या उपदेशातूनच कमी झाले आहेत. तर मग हे ४५ श्लोक गीतेतून कधी आणि कोणी काढून टाकले असावेत? की, हे ४५ श्लोकच कोणीतरी नंतर गीतेत घुसडले असतील?

काही महिन्यांपूर्वी हैदराबादहून डॉ. वेदव्यास नावाच्या, संस्कृतच्या एका विद्वानांनी 'भीष्मपर्वा'तील ह्या श्लोकाच्या आधारे असा दावा केला होता, की हरवलेले हे श्लोक 'गोंडल'च्या जुन्या राज्यकाळातील ग्रंथालयातून, भोजपत्रांवर लिहिलेले, आपण शोधून काढले आहेत आणि आता 'गीते'ची संपूर्ण प्रत तयार झाली आहे. डॉ. वेदव्यासांचा हा दावा तथ्यांच्या कसोटीवर तपासून पाहिला असता

सत्य सिद्ध होत नाही. त्या दाव्याला आव्हान देणारे निवेदन प्रस्तुत लेखकाने त्यावेळीच केले होते.

डॉ. वेदव्यासांनी उल्लेख केलेले 'गोंडलचे ग्रंथालय' आता 'भुवनेश्वरीपीठा'च्या ताब्यात आहे आणि जतन करून ठेवलेली 'गीते'ची असंख्य हस्तलिखिते त्या पीठाकडे आहेत. पीठाचे वर्तमान आचार्य श्री.घनश्यामदासजी ह्यांनी प्रस्तुत लेखकाला लिखित स्वरूपात कळवले होते, की असा कोणताही शोध घेण्यासाठी अथवा अभ्यास करण्यासाठी कोणीही येथे आले नव्हते. एवढेच नव्हे, तर ७४५ श्लोकांच्या संपूर्ण गीतेची, आचार्य चरणतीर्थ ह्यांनी संपादित केलेली आवृत्ती 'भुवनेश्वरी पीठा'ने १९३६ सालीच प्रकाशित केली होती.

काश्मिरी भाषेतील एक आवृत्ती ह्या आवृत्तीच्या उद्‌भवस्थानी असल्याचे मानले जाते. ह्याखेरीज, मराठी भाषेतसुद्धा ७४५ श्लोकांची 'गीता' उपलब्ध आहे. थेट पंधराव्या शतकात फारसी भाषेत अनुवादित झालेल्या 'गीते'तही ७४५ श्लोक आहेत. ह्या फारसी 'गीते'च्या प्रती लंडनच्या 'इंडिया हाउस लायब्ररी'त आहेत, अशी आचार्य चरणतीर्थ यांनी नोंद केली आहे. तसेच 'हिंदू' ह्या दैनिकाच्या दिनांक १५-१८-१९३७ च्या अंकात, बनारस हिंदू युनिव्हर्सिटीचे प्राध्यापक डॉ. के. व्ही. रंगास्वामी अय्यंगार ह्यांनी लिहिलेसुद्धा आहे.

अशाप्रकारे, हरवलेले ४५ श्लोक आपणच प्रथम शोधून काढल्याचा दावा टिकाव धरून राहू शकणार नसल्याने प्रत्युत्तराच्या निवेदनानंतर डॉ. वेदव्यासांनी तो दावा सोडून दिला.

तरीसुद्धा, 'गीते'तील श्लोकसंख्येविषयीचा विवाद एवढ्याने संपत नाही. एके ठिकाणी ही श्लोकसंख्या खरेतर केवळ १०१ च असल्याची नोंद आहे. (के. का. शास्त्री) अस्सल श्लोक फक्त १३३ असल्याचे रुडॉल्फ ऑटो यांनी म्हटले आहे. 'गीते'चे खरे स्वरूप १२६ श्लोकांचे असल्याचे मराठीतील डॉ. खेर ह्यांचे म्हणणे आहे. 'गीते'ची भाषा, तिच्यात उद्‌बोधलेले तत्त्वज्ञान-ह्या सगळ्यांतील सुसंगतता आणि एकवाक्यता लक्षात घेऊन वेगवेगळ्या विद्वानांनी अशी वेगवेगळी मते दर्शवली आहेत.

विद्वानांच्या ह्या मतांतरानंतरही 'गीते'च्या प्रचलित आवृत्तीत ७०० श्लोक आहेत आणि ७४५ श्लोकांची आवृत्तीसुद्धा प्रचारात होती तरीसुद्धा, हे ४५ श्लोक 'गीते'तून अचानक कसे काय कमी झाले, हा प्रश्न उरतोच. ह्याबद्दल असा एक खुलासा करण्यात येतो, की आदि शंकराचार्यांनी 'गीते'वर लिहिलेल्या भाष्यात ७०० श्लोकांचाच समावेश केला होता आणि शंकराचार्यांनंतरच्या सर्व आचार्यांवर आणि पंडितांवर आदिगुरूंचा इतका प्रचंड प्रभाव पडला होता, की आदिगुरूंनी केलेले भाष्य हेच अंतिम असल्याचे स्वीकारून सर्वांनी ह्याविषयावर आपापले ग्रंथ

लिहिले.

शंकराचार्यांच्या नंतरचे सगळे विचारवंत शंकराचार्यांच्या उत्तुंग व्यक्तिमत्त्वामुळे प्रभावित झाले असतील, हे मान्य केले तरी पाठोपाठ दुसरा प्रश्न उद्भवतो, की शंकराचार्यांनी तरी हे ४५ श्लोक हद्दपार का केले असावेत? ह्यावर एक स्पष्टीकरण असे दिले जाते, की ह्या ४५ श्लोकांचा अर्थ बौद्ध-मताला अनुकूल असा निघत असल्याने, बौद्धधर्माच्या विरोधातल्या आपल्या अभियानात त्या अर्थाचा अडथळा येऊ नये, म्हणून आदिगुरूंनी आपल्या भाष्यात ते समाविष्ट केले नसावेत. अर्थात, शंकराचार्यांनंतर अनेक वर्षांनी प्रसिद्ध झालेल्या फारसी अनुवादात ७४५ श्लोक आहेत, ह्याचीसुद्धा नोंद घ्यावीच लागेल!

काही वेळा असा तर्क मांडला जातो, की ज्या वेळी दोन्ही पक्ष युद्धासाठी पूर्णतया सज्ज होऊन, उभय सेना सर्वांत पहिल्या प्रहराच्या इशाऱ्याच्या प्रतीक्षेत समोरासमोर उभ्या ठाकल्या असताना, त्या क्षणी ७०० अथवा ७४५ श्लोकांच्या इतक्या विस्तृत संभाषणासाठी कृष्ण आणि अर्जुनाला वेळ तरी कसा काय मिळाला?

ह्या तर्काचे तेवढेच तर्कसंगत उत्तरही दिले गेले आहे. ते असे-वस्तुतः 'महाभारत' ही महर्षी व्यासांनी लिहिलेली कथा आहे. 'महाभारता'तील पात्रे एकमेकांशी पद्यात संभाषण करतात; पण ते व्यासांचे सृजन आहे. प्रत्यक्षात, घटना घडत असताना ही पात्रे एरवीच्या सर्वसामान्य संभाषणाप्रमाणे एकमेकांशी गद्यातच बोलली असतील. नंतर व्यासांनी कथा रेखाटताना त्यांचे संवाद पद्यात गुंफले असावेत. हा तर्क एकदा मान्य केला, तर असे म्हणता येईल, की 'गीते'मध्ये असलेले कृष्णार्जुनाचे संभाषण गद्य रूपातच झाले असेल आणि तेवढ्या गद्य संभाषणाला एक-दीड तासापेक्षा अधिक वेळ लागणार नाही. युद्ध अद्याप सुरू झालेले नाही, युद्धारंभाचा इशारासुद्धा मिळालेला नाही, अजून केवळ निरीक्षण करणेच सुरू आहे, अशा वेळी कृष्णार्जुनांना एक-दीड तासाचा अवधी मिळाला नसेल असे मानणे तर्काला धरून नाही.

'गीते'च्या तत्त्वज्ञानासंबंधांत खूप काही लिहिले गेले आहे; आणखी कितीही लिहिले तरी ते पुरेसे आहे किंवा त्याबद्दल लिहून संपले, असे कोणी म्हणू शकणार नाही. 'गीते'तल्या तत्त्वज्ञानाबद्दल येथे काही म्हणावे हे प्रस्तुत नसले तरी स्वधर्म हा गीतेचा मुख्य मुद्दा आहे. अर्जुनाचा स्वधर्म म्हणजेच मूळ स्वभाव-प्रकृती युद्धविमुख नव्हती. इथे धर्म म्हणजे सहज-प्रवृत्ती हाच अर्थ अभिप्रेत आहे. अर्जुनाचा विषाद त्याच्या प्रकृती-धर्माशी विसंगत होता. अशा प्रकारच्या विषादाला शरण जाऊन केलेले त्याचे वर्तन धर्मविरोधी म्हटले गेले असते. 'स्वधर्मे निधनं श्रेयः परधर्मो भयावहः॥' ह्या संदेशाचा हाच अर्थ आहे.

'धर्म' ह्या विषयाची चर्चा करताना आचार्य रजनीशांनी त्यांच्या पुस्तकात म्हटले आहे, 'आपले हे युद्धविषयक तत्त्वज्ञान येशूला अथवा महावीराला यशस्वीपणे पटवून देणे कृष्णाला शक्य झाले नसते, कारण अहिंसा ही येशूची अथवा महावीराची प्रकृती होती-तो त्यांचा धर्म होता. त्याउलट, युद्ध करणे हा अर्जुनाचा धर्म होता. म्हणूनच कृष्ण अर्जुनाला त्याच्या मूळ धर्माप्रत वळवू शकला. महावीर आणि येशू ह्यांना ह्या रीतीने युद्धाला प्रवृत्त करताच येणार नाही.

स्वधर्माचा हाच अर्थ आहे.

आणि तरीही, कृष्णाचा उपदेश म्हणजे आज्ञा नव्हे. अर्जुनाने प्रारंभीच म्हणून टाकले आहे, 'शिष्यस्तेऽहं शाधि मां त्वां प्रपन्नम्' मी तुझा शिष्य आहे, तुला मी शरण आलो आहे. येथे अर्जुन पार दिशाहीन झाला आहे. कित्येक महिन्यांपासून, वर्षांपासून तो ज्या महासंहारासाठी तयारी करत होता, तो संहार साक्षात समोर येऊन उभा ठाकल्यावर, त्या साक्षात्काराने अर्जुनाला पूर्णपणे दिशाशून्य करून टाकले आहे. अर्जुनाच्या दृष्टीने संहार ही नवलाईची गोष्ट नव्हती. आजवर त्याने अनेक वध केले होते; परंतु ह्या वेळी त्याला अगदी वेगळ्याच भूमिकेतून संहार करावा लागणार होता, ह्या सर्वनाशाचा पायाच अगदी वेगळा होता. ज्ञान असो वा पांडित्य... मोह आड आला, की कशाचा निभाव लागत नाही. मोहापुढे सारे काही गळून पडते ह्याचे हे उदाहरण आहे.

'मी तुला शरण आलो आहे,' असे ज्या क्षणी अर्जुन कृष्णाला म्हणतो, त्या क्षणी त्याची जबाबदारी संपते. कृष्णदेखील तितक्याच सहजतेने अर्जुनाच्या ह्या शरणागतीचा स्वीकार करत म्हणतो, 'मामेकं शरणं व्रज' ह्याचा अर्थ, कृष्ण शरणागताची बुद्धी नाकारतो असा नव्हे. कृष्णाच्या मते, बुद्धीचे मोल तर खूपच आहे.

बुद्धिनाश हेच माणसाच्या सर्वनाशाचे कारण असते, असे स्पष्ट प्रतिपादन कृष्णाने केले आहे. आसक्तीतून माणसाच्या विनाशाचा आरंभ होतो, असे सांगितल्यावर आसक्ती, कामना, क्रोध, मूढता आणि त्यानंतर स्मृतिनाश अशा सर्वनाशाच्या पायऱ्या एकामागून एक उतरल्या जातात; परंतु हा स्मृतिनाश म्हणजेच सर्वनाश नव्हे. बुद्धिनाश ही स्मृतिनाशानंतरची पायरी आहे, आणि बुद्धिनाश म्हणजेच सर्वनाश आहे, असे कृष्णाने 'गीते'च्या आरंभीच आपल्या ह्या शरणागत शिष्याला सांगितले आहे.

हे सर्व कृष्णाने एकाच सु-वचनात सांगितलेले नाही. अठरा अध्यायांच्या अंती, अर्जुनाचा 'स्वधर्म-भाव' जागृत झाल्यावर, त्याच्या मोहाचे निवारण झाल्यावर, कृष्णाचा उपदेश स्वीकारताना तो म्हणतो, 'नष्टो मोहः स्मृतिर्लब्धा त्वत्प्रसादात्मयाच्युत।' आणि लगेच पुढे म्हणतो, 'करिष्ये वचनं तव ।'–तू सांगशील तसे मी करेन. असे

म्हणण्यात निव्वळ शरणागती आहे, की त्यात आकलनसुद्धा आहे, ते जाणून घेतल्याविना आपल्या उपदेशानुसार केलेले आचरण कृष्णाला मान्य नाही. आकलनाविनाची शरणागती स्वीकारार्ह नसल्याने तो अर्जुनाला म्हणतो, 'यथेच्छसि तथा कुरु।' मी सांगावे असे जे काही होते, ते सगळे तुला सांगून टाकले आहे. आता तुला जे योग्य वाटेल ते तू कर.''

अशा तऱ्हेने, अंततः ज्याला कर्म करायचे आहे, त्याने त्या कर्माचे बुद्धिपूर्वक आकलन करून घेतले पाहिजे. एखाद्या मेंढराप्रमाणे, न समजता केलेले अनुसरण कृष्णाला मान्य नाही. बुद्धिहीन शरणागती नव्हे तर बुद्धिपूर्वक करून घेतलेले आकलन हीच भक्ता-शरणागताकडून कृष्णाची अपेक्षा आहे. कृष्णाची महत्ताही ह्यातच आहे आणि 'गीते'चा संदेशही हाच आहे. स्वधर्म आणि आकलन ह्या दोन तत्त्वांविनाचे मनुष्यजीवन कृष्णाला स्वीकारार्ह वाटत नाही. ह्या दोन तत्त्वांचे पालन करणे जमले तर जीवनातल्या कित्येक समस्या पूर्णतया सोडवता आल्या नाहीत तरी त्या सरल, सोप्या होतील, ह्यात शंका नाही. ह्याचे कारण असे, की ही तत्त्वे म्हणजे केवळ शब्द नाहीत तर व्यावहारिक मूल्येसुद्धा आहेत.

◆

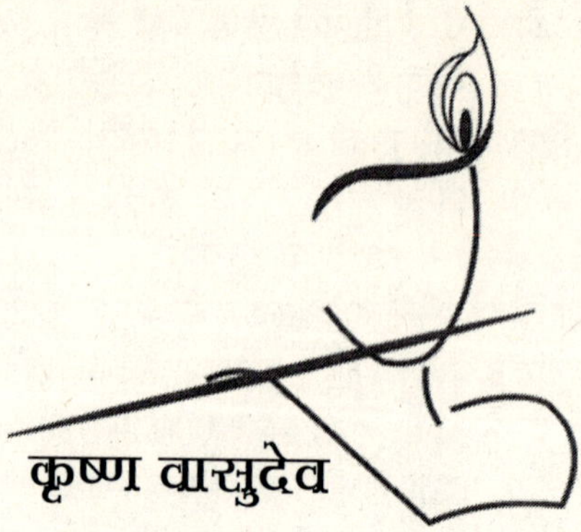

कृष्ण वासुदेव

‘श्रीमद्भगवद्गीते’चा दहावा अध्याय ‘विभूतियोग’ ह्या नावाने ओळखला जातो. ह्या अध्यायात कृष्ण आपली ओळख सांगत आहे. ‘विराट विश्वा’च्या ह्या पसाऱ्यातील अनंत पदार्थांमध्ये श्रीकृष्णा तू कोणकोणत्या रूपांत विस्तारला आहेस,’ ह्या अर्जुनाच्या प्रश्नाचे उत्तर देताना कृष्ण आपल्या काही मुख्य विभूतींची ओळख करून देत म्हणतो, ‘‘ह्या तर केवळ काही थोड्या, मुख्य गोष्टी आहेत. माझा विस्तार अनंत आहे.’’ ह्या ठिकाणी कृष्णाने उदाहरणादाखल आपल्या एकूण ८० विभूतींचा परिचय घडविला आहे. ‘कपट करणाऱ्यांत मी द्यूत आहे,’ येथपासून ते ‘वाणीमध्ये मी ॐकार आहे,’पर्यंत विविध स्तरांवर हा विस्तार आहे. ‘आदित्यानां अहं विष्णुः’ (श्लोक २१) ‘आदित्यांमध्ये मी विष्णू आहे’, ‘देवानामस्मि वासवः’ (श्लोक २२)- ‘देवांमध्ये मी इंद्र आहे,’ ‘रुद्राणां शंङ्करश्चास्मि’ (श्लोक २३)- ‘रुद्रांमध्ये मी शंकर आहे’, अशाप्रकारे, देवयोनीतील उत्तमोत्तम पदांवर- सकल विश्वाचे सर्जन करणाऱ्या विष्णूच्या पदावरही स्वतःला स्थापित केल्यावर ‘वृष्णीनां वासुदेवोऽस्मि’ (श्लोक ३७) असे म्हणून ‘वृष्णी वंशीयांत म्हणजेच यादवांमध्ये मी वासुदेव आहे’, अशी कृष्ण स्वतःची ओळख करून देतो.

यादव ज्या देहधारी रूपाला ‘कृष्ण’ म्हणून ओळखत होते त्या रूपाला ‘वासुदेव कृष्ण’ म्हणतात. हा ‘वासुदेव’ म्हणजे ‘पिता वसुदेव’ नक्कीच नाही; कारण ‘पिता वसुदेव’ वृद्ध आहेत, यादवांना पूज्य आहेत; पण ज्या समर्थ आणि सर्वश्रेष्ठ रूपात कृष्णाने अन्यत्र आपली ओळख प्रस्थापित केली आहे, तसा ‘वसुदेव’ यादवांमध्ये सर्वश्रेष्ठ आणि समर्थ कधीच सिद्ध झालेला नाही. ‘कृष्ण-पिता वसुदेव’ अग्रणी यादव आहे, परंतु त्याचा ‘वासुदेव’ असा नामोल्लेख कोठेही झालेला दिसत नाही. ‘गीते’च्या प्रारंभीच्या श्लोकांमधील सुपरिचित श्लोकांमध्ये

सुद्धा कृष्णाला 'वसुदेवसुतं देवम्' म्हटले आहे. त्या अर्थाने तो 'वसुदेवसुत' आहे- - तर मग हे 'वासुदेव' म्हणजे आहे तरी काय?

'श्रीमद्भागवत' आणि 'हरिवंश' ह्या दोन्ही ग्रंथांत, 'वासुदेव' शब्दाभोवती गुंफलेली, जवळपास एकसारखीच पण कथानकात किंचित फरक असलेली एक गोष्ट आढळते. 'महाभारता'त वासुदेव शब्दाचे निश्चित किंवा नेमके स्पष्टीकरण करणारा उल्लेख मिळत नाही. 'भागवत' आणि 'हरिवंश' ह्यांतील कथेअनुसार आर्यावर्ताच्या पूर्वभागातील 'पौंड्र' नामक एक राजा स्वतःला 'वासुदेव' म्हणवत असे. कृष्णाचा सर्वांवर पडणारा प्रभाव आणि कृष्णाचे देवत्व ह्या गोष्टीबद्दल त्याला कृष्णाचा हेवा वाटत असे. 'हरिवंशा'तील कथानकानुसार, कृष्णासारखीच शंख, चक्र, धनुष्य, रत्नमाला इत्यादी चिन्हे धारण करून, कृष्णाची हत्या करण्याच्या हेतूने त्याने द्वारकेवर आक्रमण केले होते. कृष्णाला 'वासुदेव' म्हटले जाऊ नये, आणि आपल्यालाच एकमेव 'वासुदेव' अशी मान्यता प्राप्त व्हावी, अशी त्याची इच्छा होती.

ह्या युद्धप्रसंगी 'कृष्ण' आणि 'पौंड्र' यांच्यात झालेल्या वादविवादात कृष्णाने आपल्याला 'वासुदेव' म्हणून मान्य करावे, ह्यासाठी आपली क्षमता वर्णन करताना 'पौंड्र' म्हणतो, ''मी शाङ्र्गधनुषधारी* आहे. मी गदाधारी तसेच चक्रधारी सुद्धा असल्याने अर्थातच मी 'वासुदेव' आहे. तू स्वतःला 'वासुदेव' म्हणवतोस ते मिथ्या आहे; कारण एकाचवेळी दोन 'वासुदेव' असूच शकत नाहीत.''

त्यानंतर झालेल्या युद्धात कृष्ण-हत्येसाठी 'पौंड्रा'ने आपले चक्र चालवले आणि त्या चक्राच्या शक्तीचा कृष्णावर परिणाम झाला असा स्पष्ट उल्लेख आहे. अर्थात, शेवटी कृष्णानेच 'पौंड्रा'चा वध केला.

'भागवता'चे कथानक जरा वेगळे आहे. 'पौंड्रा'ने कृष्णाला युद्धाचे आव्हान दिले आणि मग तो आपला मित्र 'काशीनरेश' ह्याच्याकडे गेला. येथेही, 'वासुदेव' म्हणवून घेणे हेच युद्धामागचे कारण आहे. कृष्णाने 'काशीवर' आक्रमण करून 'पौंड्र' आणि 'काशीनरेश' दोघांचाही वध केला.

या कथानकांतील संवादांद्वारे वासुदेवाच्या चिन्हांविषयी खुलासा होतो. 'वासुदेव' म्हणजे एकप्रकारचा चक्रवर्ती असावा, असे वाटते. असा चक्रवर्ती असणे आणि विजयी सम्राटाचे चक्रवर्ती असणे ह्यात फरक असावा, कारण कृष्ण स्वतः 'राजा' कधीच नव्हता. तरीसुद्धा आर्यावर्तात कृष्णाला 'वासुदेव' म्हणून मान्यता प्राप्त झाली आहे

'ऋषभदेवां'पासून जैन तत्त्वज्ञानाचा आरंभ झाला आहे आणि 'ऋषभदेव'

---

* विष्णुधनुष्यधारी

‘महाभारत’काळाहूनही प्राचीन काळातले आहेत. चोवीस तीर्थंकरांपैकी एक ‘नेमिनाथ’ हे कृष्णाच्या चुलत्यांचे पुत्र होते. जैनदर्शनानुसार महाकाळाच्या दोन अवस्था आहेत. ह्यांपैकी एक अवस्था उत्सर्पिणी- म्हणजे माणसाला वर घेऊन जाणारी आहे. दुसरी अवसर्पिणी ही माणसाला खाली नेणारी आहे. ह्या प्रत्येक अवस्थेत नऊ वासुदेव असतात.

हेमचंद्राचार्य यांनी ‘त्रिशष्टिशलाकापुरुषचरित्र’ ह्या आपल्या ग्रंथात ‘वासुदेवा’संबंधी तपशीलवार लिहिले आहे. १० पर्व आणि ३२हजार श्लोक असलेल्या ह्या ग्रंथात ६३ शालंकापुरुषांचे चरित्र रेखाटलेले आहे. त्यात २४ तीर्थंकर, १२ चक्रवर्ती, ९ वासुदेव, ९ बलराम आणि ९ प्रतिवासुदेव यांचा समावेश आहे. अग्रताक्रमानुसार म्हणजे, हुद्द्याच्या अनुसार हा क्रम मांडला गेला आहे, हे पाहता ‘वासुदेवा’चा क्रम चक्रवर्तींच्या नंतर असावा, असे वाटते. ह्या विचाराप्रमाणे, कृष्ण अवसर्पिणी अवस्थेतील शेवटचा ‘वासुदेव’ आहे. ‘प्रतिवासुदेव’ हे खलनायकासारखे अथवा ‘वासुदेवा’च्या विरोधात असल्यासारखे पात्र आहे. ‘जैन महाभारत’ (लेखक : चंद्रशेखर विजयजी) ह्या ग्रंथात कृष्णाचा ‘प्रतिवासुदेव’ म्हणून जरासंधाचा उल्लेख आहे; तर इरावती कर्वे ह्यांनी कंसाला ‘कृष्णाचा प्रतिवासुदेव’ म्हटले आहे.

बौद्ध कथानकांमध्येही कृष्णाला ‘वासुदेव’ म्हटले आहे, पण कृष्णाच्या पित्याचे नाव ‘वासुदेव’ असे कुठेच नाही. येथे पित्याचे नाव ‘अन्धकवण्ही’ असल्याचा उल्लेख आहे.

पित्याचे नाव ‘वसुदेव’ असल्यामुळे कृष्ण स्वतःला ‘वासुदेव’ म्हणवत असेल तर मग त्याचा मोठा भाऊ बलराम ह्यालाही ‘वासुदेव’ म्हणायला हवे. एवढेच नव्हे तर ‘वसुदेवा’ला चार पत्नी - काही ठिकाणी चौदा पत्नी - असल्याचा उल्लेख आहे आणि ह्या पत्नींपासून ‘वसुदेवा’ला इतर पुत्र झाले आहेत. ह्या सगळ्यांनाच ‘वासुदेव’ म्हणायला हवे. ज्याप्रमाणे पांडूचे पुत्र ‘पांडव’ म्हणवले जातात, कुरूंचे पुत्र ‘कौरव’, यदुचे पुत्र ‘यादव’ तसेच हे सर्वही ‘वासुदेव’ ठरतात; परंतु प्रत्यक्षात कृष्णाखेरीज अन्य कोणाही पुत्राला ‘वासुदेव’ म्हटले गेले नाही.

‘प्रतिवासुदेव’ हे पृथ्वीवरील तमाम ऐश्‍वर्य, सत्ता, समृद्धी इत्यादी सर्व काही मिळवतात आणि त्यानंतर ‘वासुदेव’ त्यांचा पराजय करून हे सगळे प्राप्त करून घेतात, असे जैन कथांमध्ये बघायला मिळते. ह्या ‘वासुदेवा’च्या मदतीला नेहमीच एक ‘बलराम’ असतो. उदाहरणार्थ, ‘राम’ वासुदेव होता आणि ‘लक्ष्मण’ त्याचा बलराम होता. रावण ‘प्रतिवासुदेव’ होता, अशी जैन शास्त्रांत नोंद आहे. कृष्णाचा ‘प्रतिवासुदेव’ जरासंध ह्याने पृथ्वी जिंकून घेतली होती आणि कृष्णाने त्याचा वध करून ‘वासुदेवपद ’ मिळवले, असे सूचित झाले आहे. ‘महाभारता’नुसार, कृष्णाने जरासंधाची हत्या केली नव्हती, एवढेच नाही तर, जरासंधाचा युद्धात पराभव

करण्याऐवजी कृष्ण मथुरा सोडून गेला आणि त्याने द्वारका वसवली. खेरीज, जरासंध सम्राट होता हे खरे; पण हस्तिनापूरच्या राज्याचा प्रताप मगधपेक्षा विशेष होता, हेही स्पष्टच आहे.

जैनधर्मातील हे 'नऊ वासुदेव' आणि कालचक्राचे दोन भाग -उत्सर्पिणी आणि अवसर्पिणी - ह्यात आणि हिंदुधर्मातील 'दशावतार' तसेच उत्तरोत्तर जीवनाचा क्रम उतरता होत गेलेल्या- 'सत्ययुग', 'त्रेतायुग', 'द्वापारयुग' आणि 'कलियुग' अशा चार युगांची कल्पना ह्यांत नजरेत भरण्याजोगे साम्य आहे. 'दशावतारा'च्या विकसित होत जाणाऱ्या अवस्थांचे मानव-उत्क्रांतीशीदेखील अद्‌भुत साम्य आहे. शेवाळासारख्या पाणवनस्पतींपासून विकसित होत गेलेल्या चैतन्यातून-सामान्य जलचर सृष्टीपासून परम बुद्ध अशा मानवविकासाची ती गाथा आहे. 'कल्की'चा अंत झाल्यावर सगळ्याचा पुन्हा पहिल्यापासून प्रारंभ होणार!

'हरिवंशा'त 'कृष्ण वासुदेव' आणि 'पौंड्र वासुदेव' ह्यांच्या संघर्षाची जी कथा आहे, तिच्यातून एक आनुषंगिक प्रश्न उद्‌भवतो. 'निषादराज एकलव्य' हा भिल्लांचा राजा 'पौंड्रा'च्या बाजूने लढतो. 'बलराम' आणि 'एकलव्य' ह्यांच्यात भीषण युद्ध झाल्याची कथा आहे. 'एकलव्या'च्या उजव्या हाताचा अंगठा द्रोणाचार्यांनी गुरुदक्षिणा म्हणून कित्येक वर्षांपूर्वीच मागून घेतला होता, अशी प्रसिद्ध आख्यायिका आहे. भविष्यकाळात 'एकलव्य' कधीही धनुर्धारी होऊ नये, ह्यासाठी अंगठा मागितला होता, तरीसुद्धा 'पौंड्रा'ची बाजू घेऊन 'एकलव्या'ने द्वारकेवर स्वारी केली आणि 'बलरामा'शी भीषण युद्धदेखील केले, असे हरिवंशातील कथानकावरून स्पष्टपणे दिसून येते. 'हरिवंशा'तील 'एकलव्य' अत्यंत तीक्ष्ण बाण सोडतो, तसेच गदेच्या प्रहाराने 'बलरामा'ला घायाळही करतो.

जो कधीच श्रेष्ठ धनुर्धारी होऊ नये, एवढ्यासाठी ज्याचा अंगठा द्रोणाचार्यांनी मागून घेतला होता, तोच हा 'एकलव्य' असेल, की वेगळाच कोणी? हा तोच 'एकलव्य' असेल तर मग तो पुन्हा धनुर्धारी कसा काय झाला?

◆

कृष्णत्वाची कसोटी

पांडवांच्या दृष्टीने पाहता, अठराव्या दिवशी सूर्यास्त होण्याआधीच युद्ध पूर्ण झाले होते; परंतु कौरव पक्षाच्या बाजूने अद्याप युद्धाची अखेर झाली नव्हती. भीमाच्या गदेच्या प्रहाराने मांडी विदीर्ण झालेल्या अवस्थेतील दुर्योधन रक्ताने निथळत, भूमीवर पडला होता. त्याचा प्राण लवकरच त्याच्या देहाचा त्याग करून जाणार होता. आपणहून एक पाऊल टाकणे तर सोडाच, आपला हात लांब करून ओंजळभर पाणी घेण्याच्याही अवस्थेत तो नव्हता. देहाची अशी असह्य कष्टदायक स्थिती असली, तरी त्याच्या मनातली आकांक्षा, त्याची वैरभावना आणि त्याचा अहंकार लेशमात्रही कमी झाला नव्हता, हे लगेच प्रतीत होत होते. अशावेळी रात्रीच्या गाढ अंधकारात 'अश्वत्थामा', 'कृतवर्मा' आणि 'कृपाचार्य' हे कौरवपक्षातील दुर्योधनाखेरीज वाचलेले अन्य तिघे, दुर्योधनाजवळ येतात. हे तिघे कौरवपक्षातील असले तरी त्यांपैकी दोघे ब्राह्मण आहेत आणि तिसरा यादव आहे. कुरुवंश तर पूर्णपणे नष्ट झाला आहे.

अजूनही पांडवांचा सूड घेण्याचे स्वप्न बघणारा दुर्योधन ह्या वेळी 'अश्वत्थाम्या'ला सेनापतिपदी अभिषिक्त करतो. धुळीत लोळणारा, तोंडावाटे रक्त थुंकणारा तो दुर्योधन कृपाचार्यांकरवी आणवलेले पाणी हाती घेऊन 'अश्वत्थाम्या'ला सेनापतिपदी स्थापित करतो त्यावेळचे ते दृश्य मानवी अहंकाराची जणू चरमसीमा असावी तसे भासते. 'अश्वत्थाम्या'च्या सैन्यात आता केवळ दोघेच जण आहेत- कृपाचार्य आणि कृतवर्मा! ह्या एवढ्या सैन्याला, महाराज दुर्योधन पांडवांचा नाश करण्यासाठी चालून जाण्याची आज्ञाही देतात. महाराजांची ती आज्ञा शिरोधार्य मानून सेनापती 'अश्वत्थामा' प्रतिज्ञा करतो, 'महाराज, मी शपथपूर्वक सांगतो, की आज रात्रीच, श्रीकृष्ण पाहतच राहील, अशा तऱ्हेने मी त्यांची हत्या करेन! 'अश्वत्थाम्या'च्या

ह्या प्रतिज्ञेने महाराज दुर्योधनांना–अखेरचे श्वास मोजत असलेल्या दुर्योधनाला–अति संतोषदेखील होतो!

युद्ध समाप्त झाले आहे, असे समजून विश्रांती घेत असलेल्या पांडवांच्या शिबिरात घुसून, 'अश्वत्थाम्या'ने केलेल्या हत्यांचे अंगावर काटा आणणारे भीषण वर्णन 'सौप्तिक-पर्वा'च्या आरंभीच आहे. रात्रीच्या काळोखात, वृक्षावरच्या पक्ष्यांच्या घरट्यात शिरून त्या पक्ष्यांचा संहार करणारे एक घुबड 'अश्वत्थाम्या'ने पाहिले आणि त्यातूनच, अशाच प्रकारे पांडवांची हत्या करण्याची प्रेरणा त्याला मिळाली. ह्या ठिकाणी, घुबडाचा उल्लेख फार सांकेतिक आहे. इथून पुढे 'अश्वत्थामा' द्रोणपुत्र नाही, ब्राह्मणही नाही आणि वीर योद्धासुद्धा नाही. आता तो आहे 'घुबडा'सारख्या निम्न पातळीच्या पक्ष्याकडून प्रेरणा घेणारा केवळ एक जीवात्मा! 'अश्वत्थाम्या'च्या ह्या नंतरच्या सगळ्या कृत्यांकडे ह्या संदर्भातूनच बघायला हवे.

त्या घोर अंधकारात, 'कृतवर्मा' आणि 'कृपाचार्य' ह्या दोघांना शिबिराच्या प्रवेशद्वारापाशी उभे करून, आत निद्रित अवस्थेत असलेला पांडवसेनापती 'धृष्टद्युम्न' आणि द्रौपदीचे पाच पुत्र यांची 'अश्वत्थाम्या'ने एका झटक्यात हत्या करून टाकली. गुजराती कवी उमाशंकर जोशी ह्यांनी त्यांच्या एका काव्यात ह्या महाभयंकर रात्रीचे अतिशय सुंदर वर्णन केले आहे.

काली कराली शतपाश-हस्ता,
रक्तांचला धूसर व्यस्त हारा,
जे पादरेणू द्विगुणांधकारा!

...परंतु त्या रात्रीची भयानकता एवढ्याने संपत नाही. तिचे खरे रौद्र रूप प्रकट व्हायचे अजून बाकी आहे. पाच द्रौपदीपुत्र आणि सहावा धृष्टद्युम्न यांचा वध करून पळालेला अश्वत्थामा, दुर्योधन जिथे अंतिम श्वास मोजत पडला आहे, त्या जलाशयाच्या तटी, आपल्या 'सैन्या'निशी जाऊन पोहोचला आहे. एव्हाना दुर्योधनाची चेतना जवळजवळ नष्ट झालेली आहे. तोंडातून रक्त वाहत आहे आणि त्या रक्ताने ओलसर झालेली भूमीवरील धूळ त्याच्या ओठांवर चिकटली आहे. त्याचा प्राण जातो केव्हा आणि आपण त्याच्यावर ताव मारतो केव्हा, ह्या प्रतीक्षेत कोल्हे-लांडगे त्याच्या आसपास घोटाळत आहेत. त्याच्या वासाच्या मागावर जवळ येणाऱ्या कुत्र्यांनासुद्धा तो दूर हाकू शकत नाही... आणि अशा स्थितीत अश्वत्थामा त्याला ती शुभवार्ता देतो, आचार्यांचा घात करणारा तो 'धृष्टद्युम्न' आणि द्रौपदीचे पाचही पुत्र ह्या सर्वांचा आम्ही वध केला आहे. आता पांडवपक्षातील केवळ सात जण–पाच पांडव, सहावा कृष्ण आणि सातवा सात्यकी एवढेच बचावले आहेत आणि आपल्या पक्षातले हे आम्ही तिघे उरलो आहोत!

हे ऐकून दुर्योधन इतका उल्हसित होतो, की उत्साहाच्या भरात तो म्हणतो,

"भीष्म, कर्ण किंवा स्वतः पिता धृतराष्ट्र ह्यांनीसुद्धा माझ्यासाठी जे काम केले नाही, ते प्रिय काम तुम्ही पार पाडले आहे. आज माझ्या दृष्टीने तुम्ही 'इंद्रासमान' श्रेष्ठ आहात," एवढे बोलून त्याने प्राण त्यागले आहेत.

ह्यानंतर, त्याला पकडण्यासाठी धावून आलेल्या भीम आणि अर्जुन यांच्यावर 'घुबडाचा शिष्य' झालेल्या अश्वत्थाम्याने ब्रह्मास्त्र सोडले! ब्रह्मास्त्र शिकवताना पिता द्रोणांनी बजावले होते, 'पुत्रा, मानवजातीवर ह्या अस्त्राचा कधीही उपयोग करायचा नसतो. ह्या अस्त्राने आक्रमण करत नाहीत, केवळ रक्षणासाठीच त्याचा वापर करणे धर्म्य आहे.' आपल्या पित्याच्या आज्ञेचे उल्लंघन करून त्याने भीमावर ह्या अस्त्राचा प्रयोग केला. अश्वत्थाम्याच्या अस्त्राचे निवारण करण्यासाठी उत्तरादाखल अर्जुनानेही ब्रह्मास्त्राचा प्रयोग केला. अद्यापपावेतो कुरुक्षेत्रापुरता मर्यादित राहिलेला विनाश आता जणू अंतरिक्षाचाही ग्रास घेण्यासाठी आकाशात पोहोचला.

ह्या क्षणी प्रत्यक्ष वेदव्यास प्रकट होऊन दोघांनाही ती विनाशक अस्त्रे मागे घेण्यास सांगतात. ती अस्त्रे मागे घेतली गेली नाहीत तर समग्र विश्वाचा विनाश अटळ असल्याचे समजावून सांगतात. अर्जुनाचे अस्त्र संरक्षणात्मक असल्यामुळे ते धर्म्य आहे म्हणून अर्जुन ते मागे घेण्याचे महर्षींना वचन देतो, परंतु अश्वत्थाम्याला ते शक्य नाही. त्याने तर पांडवांच्या विनाशासाठी ते योजले होते, त्यामुळे विनाश घडवून आणल्याखेरीज ते शांत झालेच नसते. अखेरीस पराजित अश्वत्थाम्याने आपल्या मस्तकावरचा मणी पांडवांच्या चरणी ठेवून स्वतःचे प्राण वाचवले, परंतु ते ब्रह्मास्त्र पांडवांचे एकमेव भावी अपत्य-अभिमन्यूपत्नी उत्तरेचा गर्भ–ह्यावर पडेल आणि अस्त्राचे शमन होईल, अशी त्याची योजना केली. विनाश घडवून आणल्याविना ब्रह्मास्त्राचे शमन होणे शक्यच नव्हते.

अशाप्रकारे, पांडवांच्या वंशाचाही जणूकाही येथे अंत झाला आहे. उत्तरेचा गर्भ हाच काय तो एकमेव वारस उरला होता; आता तोही मृतप्राय झाला! पांडवांचा विजय एका क्षणात निःसत्त्व, अर्थहीन ठरला होता! ज्या धर्माच्या स्थापनेसाठी, ज्या धर्माचा जय व्हावा, एवढ्यासाठी स्वतः कृष्णाने महायुद्ध मान्य केले होते तोच धर्म कृष्णाच्या डोळ्यांदेखत लयाला जात असेल तर मग त्या महायुद्धाला अर्थ तरी काय उरतो?

...आणि म्हणूनच कृष्ण अश्वत्थाम्याला म्हणतो, "तू पाप केले आहेस अश्वत्थाम्या! पापकर्म करणाऱ्याला फळही तसेच मिळायला हवे! तुझी इच्छा पूर्ण होणार नाही. उत्तरेचा जो गर्भ तू नष्ट केला आहेस तो गर्भ अवश्य जिवंत होईल आणि दीर्घ काळपर्यंत पृथ्वीवर शासन करेल; पण तू मात्र आपल्या पापकर्माची शिक्षा भोगत तीन हजार वर्षांपर्यंत ह्या पृथ्वीवर, दुर्गम अरण्यात, एकाकी, रोगिष्ट अवस्थेत भ्रमण करत राहशील!"

पाप्याचा त्वरित नाश करण्याऐवजी कृष्णाने ह्या ठिकाणी पाप करणाऱ्याला दीर्घायुष्य दिले आहे. हे दीर्घायुष्य म्हणजे जणू पापकर्माची अत्यधिक कठोर शिक्षा आहे. पापकर्म केल्याचा अति भयंकर परिणाम भोगावा लागतो, असा स्पष्ट संकेत भावी पिढ्यांना देण्यासाठीच जणूकाही कृष्णाने अश्वत्थाम्याला पृथ्वीवरच भटकत राहायला लावले आहे. पापकर्म करण्याची भावी पिढ्यांना प्रेरणा मिळू नये, एवढेच नव्हे तर त्यांनी अशा दुष्कर्मांपासून सदैव दूरच राहावे, असा काहीसा संकेत ह्या प्रसंगातून दिसून येतो.

पाप्याचा त्वरित नाश करण्याऐवजी कृष्णाने येथे पाप्याला दीर्घायुष्य दिले आहे. हे दीर्घायुष्य म्हणजेच जणू सर्वाधिक कठोर शिक्षा आहे. पापकर्माचा परिणाम अशाप्रकारे होऊ शकतो, हे पुढच्या पिढ्यांना कळावे एवढ्यासाठीच जणू कृष्णाने अश्वत्थाम्याला पृथ्वीवर रखडायला लावले आहे. भावी पिढ्यांनी पापकर्मांनी प्रेरित होऊ नये, पापापासून दूर राहावे असाच काहीसा संकेत यात दिसून येतो.

...परंतु, असे करताना कृष्णाने आपले समग्र जीवनच जणू पणाला लावले आहे. कृष्णाचे साक्षात कृष्णत्व अग्निपरीक्षा द्यायला तत्पर झाले आहे. उत्तरेचा गर्भ तर नष्ट होऊन चुकला आहे... ब्रह्मास्त्र निष्फळ ठरूच शकत नाही! अद्याप जन्मालाही न आलेल्या अर्भकावर त्या अस्त्राचा परिणाम झाला आहे. 'श्रीमद् भागवता'त म्हटले आहे, की स्वतः कृष्णाने उत्तरेच्या गर्भात प्रवेश करून त्या मृत अर्भकाला पुन्हा जिवंत केले आणि अशाप्रकारे, त्या न जन्मलेल्या बालकाने डोळे उघडण्याआधीच, गर्भावस्थेत असतानाच श्रीकृष्णाचे दर्शन घेतले!

'महाभारता'तील कथा मात्र थोडी वेगळी आहे.

'उत्तरेचा गर्भ मी पुन्हा जिवंत करेन,' असे कृष्णाने म्हटले खरे, पण ते व्हावे कसे? दोन महिन्यांनंतर उत्तरेने ज्या बालकाला जन्म दिला ते मृत अवस्थेत होते. त्या मृत बाळाला पाहताच कुंती, सुभद्रा आणि स्वतः उत्तरा सगळ्याच आक्रोश करू लागतात आणि पुनःपुन्हा कृष्णाला म्हणतात, "कृष्णा! अरे, हे बालक अवघ्या पृथ्वीवर शासन करेल, असे तूच ना म्हटले होतेस? तर मग आता तूच ह्याला जिवंत कर."

उत्तरेच्या प्रसूतिदालनात कृष्ण प्रवेश करतो त्यावेळचा प्रसंग वर्णन करताना 'महाभारत' म्हणते : 'वृद्ध परंतु सुंदर अशा परिचारिका त्या नवप्रसूतेच्या सेवेस उपस्थित होत्या.' प्रसूती समयी सामान्य परिचारिका नव्हे, तर वृद्ध म्हणजेच अनुभवी स्त्रियांच्या मदतीची गरज असते, हे वास्तव मोठ्या खुबीने येथे सूचित केले आहे. मृत पुत्राला मांडीवर घेऊन बसलेली उत्तरा कृष्णाला पाहताच मूर्च्छित होऊन त्याच्या पायाशी कोसळून पडते.

...इथे, ह्याच क्षणी कृष्ण आपले अवघे कृष्णत्व पणाला लावतो. कृष्ण जणू

साक्षात महाकाळाचा सामना करण्यासाठी सिद्ध झाला आहे. कृष्ण म्हणतो, ''जर मी सदैव सत्य आणि धर्म यांचाच अवलंब केला असेल, तर हे महाकाळा, हे मृत बालक जिवंत होवो!''

फार मोठा, अवघड क्षण होता तो!

एकदा मृत झालेल्याने पुन्हा जीवित व्हावे, हा प्रकृतिक्रम नाही. कृष्णाने प्रकृतिक्रमालाच येथे उलटवून टाकले आहे. कृष्णाने ते शब्द उच्चारताक्षणीच ते बालक जिवंत झाले असे 'महाभारता'त म्हटले आहे, परंतु हे कसे काय शक्य आहे? प्रकृतीचा क्रम असा पालटता येतो का? एखाद्याच्या मनात असा प्रश्न उद्भवू शकतो.

तसे पाहता, एखाद्या बाह्य अस्त्राने गर्भावस्थेतील अर्भकाचे जीवन नष्ट करावे, ह्याला तरी प्रकृतिक्रम म्हणता येईल का? त्या बालकाचा हा असा मृत्यूदेखील अनैसर्गिकच होता! प्रकृतीवर पशुत्वाचा विजय होता तो. पशुत्वाचा हा विजय जर नतमस्तक होऊन स्वीकारला गेला असता तर सनातन धर्माची मूल्येच समूळ नष्ट झाली असती ना! श्रीकृष्णाच्या एकूण धर्ममीमांसेचे केंद्रस्थानच तर मुळात हे आहे. आपल्या ह्या केंद्रस्थानी राहूनच कृष्णाने स्वतःला पणाला लावले आहे. समजा, कृष्णाने हे एवढे म्हटल्यानंतरदेखील त्या बालकात चैतन्य निर्माण झाले नसते, तर कृष्णाचे 'कृष्णत्व' कोणी मान्य केले असते? आपण पावलोपावली केवळ सत्य आणि धर्म ह्यांचाच अवलंब करत आलो आहोत, असे इतक्या आत्मविश्वासाने अन्य कोणीही कधी म्हणू शकेल काय? आणि मग ज्या कोणात हा एवढा आत्मविश्वास असेल ती व्यक्ती क्षणभरासाठी प्रकृतीलाही रोखू शकणार नाही, असे तरी म्हणता येईल का? ह्या घटनेकडे आणखी वेगळ्या प्रकारेदेखील बघता येईल.

कृष्णाच्या आयुष्यात काही उघड उघड विसंगती आहेत. धर्म आणि सत्य ह्यांतील सूक्ष्म बारकावे ज्यांच्या लक्षात येऊ शकत नाहीत, त्यांना कृष्णाकडून जीवनात काही वेळा अधर्माचे अथवा असत्याचे आचरण घडले आहे, असे वाटते. अशा अजाण लोकांचे गैरसमज दूर करण्यासाठी हा प्रसंग योजला गेला असावा. कृष्णाच्या आयुष्यातली वरकरणी भासणारी विसंगती म्हणजे मुळात परम धर्माचे आणि सत्याचेच आचरण असल्याने, ही दोन्ही तत्त्वे कृष्णाने एका पारड्यात ठेवल्यावर प्रकृती काय किंवा महाकाळ काय, त्यांना ह्या परम तत्त्वांचा स्वीकार करावाच लागतो! धर्माचरण, सत्याचरण करणाऱ्याचे तसेच कधीच मिथ्याभाषण न करणाऱ्याचे जीवन इतके महान असते, की ती व्यक्ती जगण्या-मरण्याच्या, जीवन-मृत्यूच्या सहज रूपालाही रोखू शकते. ह्या प्रसंगाद्वारे त्या परम तत्त्वांचा महिमा सूचित केला गेला असण्याचीही शक्यता आहे.

ह्यानंतर, आश्वमेधिक पर्वाच्या ६ व्या अध्यायात लगेच म्हटले आहे, की बालकाच्या देहावर लपेटले गेलेले ते अस्त्र दूर झाले आणि पितामहांकडे परत गेले. हे पितामह म्हणजे कोण हे स्पष्ट नाही. त्या मृत बालकाचे पितामह म्हणजे तर अर्जुन. अर्जुनानेच त्या अस्त्राचा प्रतिकार केला होता, त्यामुळे ते अस्त्र अर्जुनाकडेच परत जाऊन शांत झाले असा अर्थ अभिप्रेत असेल का? परंतु अन्य एक अर्थ असाही निघू शकतो, की ज्या अस्त्राच्या प्रभावामुळे त्या बालकाची चेतना थिजून गेली होती, ते अस्त्र कृष्णाने दूर सारले.

ह्या ठिकाणी, आचार्य रजनीशांचे एक विधान विचारात घेण्याजोगे आहे. कृष्णाच्या बालपणीच त्याला मारून टाकण्याचे अनेक प्रयत्न झाले होते, परंतु त्या प्रत्येक प्रसंगांतून कृष्ण बचावला आहे. विषप्रयोग करवूनसुद्धा कृष्णाचा मृत्यू झाला नाही. हे कसे काय? रजनीश म्हणतात : जे सतत मृत्यूचे भय बाळगून असतात त्यांनाच मृत्यू मारू शकतो. ज्यांना मृत्यूचे मुळीच भय नसते त्यांना मृत्यू स्पर्शही करू शकत नाही. मृत्यूबद्दलची ही निर्भयताच माणसाला जीवन देत असते. अशी निर्भयता कृष्णाने अंगी बाणली होती आणि त्याच निर्भयतेच्या जपणुकीचे कृष्णाने उत्तरेच्या मृत बालकावर सिंचन केले, ते म्हणजेच त्या बालकाचे पुनर्जीवन!

◆

'तर नाश पावो वृष्णिवंश! न राहो यादवांचा अंश!'

महायुद्धाच्या प्रारंभीचा अगदी पहिला प्रहार अद्याप व्हायचा होता–अठरा दिवसांच्या अखेरीस अठरा अक्षौहिणींपैकी केवळ सातच जण ज्यात उरणार होते, अशा महाविनाशाच्या पूर्वसंध्येला कृष्णाने अर्जुनाला जे कथन केले, ते म्हणजेच 'भगवद्गीता'. प्रख्यात गुजराती साहित्यिक श्री. गुणवंत शाह जिला, 'कृष्णाने मानवजातीला दिलेली 'प्रॉमिसरी नोट' म्हणतात, ते एक अपूर्व वचन कृष्णाने गीतेच्या 'ध्यानयोग' नावाच्या सहाव्या अध्यायात दिले आहे. श्रद्धेच्या एका अपूर्व झणत्कारासह कृष्णाने केवळ अर्जुनालाच नव्हे, तत्कालीन आर्यावर्तालाच नव्हे, केवळ वर्तमानालाच नव्हे, तर युगांतरापर्यंत भावी पिढ्यांना–समग्र मानवजातीला, एकूणच भविष्यकाळाला एका परम तेजाच्या प्रकाशात नेऊन ठेवले आहे. हा तेजोमय प्रकाश म्हणजेच कृष्णाची वाणी–'न हि कल्याणकृत् कश्चिद् दुर्गतिं तात गच्छति' (कल्याणकारी मार्गाने जाणाऱ्यांची वत्सा, कधी दुर्गती होत नसते!') किती अद्‌भुत आहे ही श्रद्धा!

...परंतु, पन्नास, साठ, सत्तर वर्षांच्या आपल्या आयुष्य-कालावधीत, कृष्णाची ही 'प्रॉमिसरी नोट' सहजच वटवली जाताना दिसते का? उलटपक्षी, गांधीजींनी 'क्रिप्स कमिशन'च्या प्रस्तावाला जसे 'बंद पडलेल्या बँकेचा चेक' म्हटले होते तसे, कधी कधी पहिल्या दृष्टिक्षेपात आपल्याला कृष्णाची ही 'प्रॉमिसरी नोट' म्हणजे 'नादारीचा दाखला' असल्याप्रमाणे वाटते. कृष्णासारख्या कृष्णाची 'प्रॉमिसरी नोट' अशी 'नादारीचा दाखला' असू शकेल का? दोष त्या 'प्रॉमिस'चा नाही, दोष त्या 'प्रॉमिस'ला समजून घेण्याच्या आपल्या मर्यादेचा आहे. ही 'प्रॉमिसरी नोट'

'ऑन डिमांड' नसून 'ऑन मॅच्युरिटी' आहे. मुदती हुंडीची रक्कम दर्शनी हुंडीप्रमाणे मिळवण्याच्या आपल्या उतावळेपणाचा हा दोष आहे.

महायुद्धाच्या पहिल्याच दिवशी कृष्णाने उच्चारलेल्या शब्दांची प्रचिती येण्याचा कसोटीचा क्षण महायुद्धाच्या अखेरच्या दिवशी साक्षात कृष्णाच्या आयुष्यातच निर्माण व्हावा ह्याला काळाची क्रूर थट्टा म्हणावे, की काव्यगत न्याय म्हणावे? अठरा दिवसांदरम्यान घडलेला विनाश तुकड्या-तुकड्याने, टप्प्या-टप्प्याने घडला होता. एकोणिसाव्या दिवसाची सकाळ त्या विनाशाची बेरीज नव्हे, तर गुणाकार दर्शवणारी होती. एकोणिसाव्या दिवशीचा तो गुणाकार अन्य कोणाच्या नव्हे तर स्वच्छेने अंधत्व स्वीकारणाऱ्या गांधारीच्या नजरेने महर्षी व्यासांनी वर्णिला आहे.

धृतराष्ट्र जन्मांध असला तरी त्याने युद्धाचा क्षण न् क्षण संजयच्या मदतीने निरखला आहे. तो महाविनाश युद्धभूमीवरील दृश्यांबद्दल अनभिज्ञ असलेल्या गांधारीच्या नजरेला पडावा ह्याला महर्षी व्यासांची कृपा म्हणावे, की पुन्हा एकदा काव्यगत न्यायच म्हणावे? युद्धाच्या एकोणिसाव्या दिवशी सकाळी, कुरुक्षेत्र न्याहाळता यावे अशी दिव्यदृष्टी गांधारीला प्राप्त होते. कृष्ण, धृतराष्ट्र, पाचही पांडव, कुंती आणि द्रौपदी ह्या सर्वांसमवेत गांधारी एकोणिसाव्या दिवसाच्या त्या कुरुक्षेत्राचे निरीक्षण करते.

पराजय आणि वैफल्य यांमुळे धृतराष्ट्र संतापलेला आहे. भीमाला कवेत घेण्याच्या निमित्ताने त्याचा नाश करण्याचा संकल्प धृतराष्ट्राच्या चेहऱ्यावर उमटला आहे. कृष्णाच्या विचक्षण नजरेतून तो सुटलेला नाही. शुभ अथवा अशुभ संकल्प, मग ते मनाच्या कितीही तळाशी बाळगलेले असोत, चेहऱ्यावरच्या रेखांवर प्रगटल्याविना राहत नाहीत. ते पारखायला 'कृष्णदृष्टी' असावी लागते. भीमाऐवजी भीमाचा लोखंडी पुतळा पुढे करून कृष्णाने धृतराष्ट्राच्या संतापाच्या त्या पाशवी प्रकटीकरणापासून भीमाचा बचाव केला. भीमाचा हा लोखंडी पुतळा दुर्योधनानेच करवून घेतला होता. तेरा वर्षांच्या वनवासानंतर संभवणाऱ्या युद्धाचा सराव करण्यासाठी त्याने भीमाचा हुबेहूब पुतळा करवून घेतला होता. दुर्योधन युद्धात भीमाचा पराजय करू शकला नाहीच; उलट हा पुतळाच भीमाचा जीवरक्षक ठरला, हासुद्धा किती अद्‌भुत न्याय म्हणायचा!

धृतराष्ट्राचा कोडगेपणा तरी पहा! भीम समजून भीमाच्या पुतळ्याचा चुराडा करून टाकल्यावर त्याने स्वतःच विलाप करायला सुरुवात केली. आपल्या अचाट शक्तीचे प्रदर्शन केल्यावर स्वतःच्याच शरीरातून वाहणाऱ्या रक्ताला भीमाचे रक्त समजून त्याने 'हा भीमा! हा भीमा!' असा आक्रोश करायला सुरुवात केली. (स्त्रीपर्व, अध्याय ११, श्लोक २१). धृतराष्ट्राच्या ह्या निर्लज्ज वर्तनानंतर कृष्ण म्हणतो, "महाराज, तुम्ही भीमाची हत्या केलीच नाही. भीमाच्या हत्येचा विचारसुद्धा तुम्ही करायला नको होता. तुमच्या शंभर पुत्रांच्या वियोगानंतर, उरलेले हे पाच

पांडव आता तुम्हाला पुत्रांसमान आहेत. त्यांनाच पुत्र मानून आशीर्वाद द्या राजन!''

आता धृतराष्ट्राला शहाणपण सुचते. वास्तव परिस्थिती स्वीकारत तो म्हणतो, ''हे महाबाहो कृष्णा, तू म्हणतोस ते खरे आहे. ह्याआधीसुद्धा पुत्रप्रेमाने मला आंधळे करून सोडले होते. आत्ताही तेच घडले. ह्यापुढे मात्र मी पांडुपुत्रांना पुत्रवत् मानून त्यांना आशीर्वाद देतो.'' असे म्हणून त्याने पुन्हा एकदा भीमाला आपल्या जवळ घेतले; ह्या वेळी भीमाचा पुतळा नव्हे तर स्वतः भीमच त्याच्या कवेत होता. ह्या वेळी मात्र सर्व काही सुरळीतपणे घडले.

...पण, शंभर पुत्रांची जन्मदात्री असूनदेखील आता निपुत्रिक झालेल्या गांधारीच्या रोषाला तोंड देणे अजून शिल्लकच होते. पांडव गांधारीसमोर हजर झाले त्या वेळी, गांधारीच्या मनातसुद्धा संताप आणि अत्याधिक निराशा ह्यांपोटी जन्मलेला शाप खदखदत होताच. हा शाप जर प्रत्यक्षात प्रगट झाला असता तर पांडवांचा नाश अटळ होता. त्या शापवाणीला रोखण्यासाठी येथे स्वतः वेदव्यास निमित्त ठरले आहेत.

पांडव गांधारीच्या दृष्टीला पडण्याआधीच व्यास तिला म्हणतात, ''गांधारी, ह्या क्षणी तुझ्या मनात उद्‌भवलेल्या भावनेचे तू आत्ताच शमन करून टाक. तुला जे शब्द उच्चारावेसे वाटत आहेत त्यांना ओठांबाहेर येऊ देऊ नकोस पुत्री! दुर्योधनाने युद्धात विजय मिळवण्यासाठी तुझे आशीर्वाद मागितले असता तू म्हटले होतेस,– 'यतो धर्मस्ततो जयः'– ते विसरू नकोस. क्रोध हे सर्व अनर्थाचे मूळ आहे. त्याला ताब्यात ठेव, देवी!''

ते शब्द ऐकून जन्मदात्री माता गांधारी, सत्यवादिनी गांधारी, भीमाने युद्धाचे नियम धुडकावून केलेल्या अधर्माचरणाने व्यथित झालेली सती गांधारी आणि विशेषतः अंध पती धृतराष्ट्राच्या व्यथेने पीडित गांधारी अतिशय तळमळून, आक्रोश करू लागते. उत्तरादाखल ती म्हणते, ''इतर काहीही असो, परंतु भीम अधर्माने वागला हे कसे नाकारता येईल? माझ्या एखाद्या पुत्राला जरी त्याने जिवंत ठेवले असते तरी अंध राजा धृतराष्ट्राचे दुःख हलके झाले असते.''

एवढे बोलून तिने आपली नजर युधिष्ठिराकडे वळवली तेव्हा डोळ्यांवर बांधलेली पट्टी भेदून आरपार जाऊन प्रगटलेल्या तिच्या रोषाग्नीच्या प्रभावाने युधिष्ठिराच्या पायांची नखे काळी ठिक्कर पडली. अशाप्रकारे, सगळ्या पांडवांचा संहार करायला समर्थ अशा त्या अग्निलोळाचे शमन झाले–प्राणांवरचे संकट नखांवर निभावले, सुळाएवढी व्यथा सुईएवढी झाली.

तरीदेखील, गांधारीचे दुःख पूर्णतया शमले होते, असे म्हणता येणार नाही. व्यासांनी दिलेल्या दिव्यदृष्टीच्या मदतीने पाहिलेल्या कुरुक्षेत्रावरील दृश्यांमुळे गांधारी आता पुन्हा एकदा विचलित झाली आहे. स्त्रीपर्वातील १६ ते २५ ह्या पूर्ण दहा अध्यायांतील महाविनाशाचे चित्रण भल्याभल्या, कठोरहृदयी माणसालाही कंपित

करून सोडेल, असे आहे. युद्धाच्या महाभयानकतेचे हे यथातथ्य वर्णन युद्धाच्या निरर्थकतेचे द्योतक आहे. द्रोणांपासून ते अभिमन्यूपर्यंत एकूणएक आप्तजनांची कलेवरे छिन्नभिन्न अवस्थेत, कावळ्या-गिधाडांनी आणि कोल्ह्या-कुत्र्यांनी ताव मारण्यासाठी पडून आहेत. शेकडो स्त्रिया आपल्या पतीचे, पुत्राचे वा पित्याचे देहावयव शोधत फिरत आहेत. काही स्त्रिया तर एकाच अवयवासाठी एकमेकींशी झगडत आहेत. हे भीषण दृश्य पाहून गांधारी कृष्णाला म्हणते, ‘‘रे केशवा, पूर्वजन्मी मी नक्कीच अत्यंत घोर पाप केले असावे, म्हणूनच मला हा क्षण पाहावा लागत आहे!’’

गांधारीच्या रोषाची जागा आता शहाणपणाने घेतली आहे. तिला वास्तवाचे ज्ञान होऊ लागले आहे; पण त्या ज्ञानाला लगेच मोहाने वेढा घातला आहे. दुर्योधनाचा मांड्या तुटलेला मृतदेह आणि त्या देहासमोर विलाप करणारी आपली स्नुषा पाहताच तिचे मातृहृदय पुन्हा एकदा आक्रंदू लागते. पुन्हा एकदा तिला भीमाचे अधर्माचरण आठवते. त्या अनीतीपेक्षाही, डोळ्यांसमोर चाललेला लेकीसुनांचा विलाप तिचे मन अधिक हेलावून टाकतो. आक्रोश करणाऱ्या त्या स्त्रियांकडे गांधारी कृष्णाचे लक्ष वेधते. ‘‘पाहा! पाहा! कृष्णा, पतीचा हात आपल्या मांडीवर घेऊन रुदन करणाऱ्या ह्या स्त्रिया, हिंस्र पशूंनी अर्धवट खाऊन टाकलेल्या चेहऱ्याच्या पुत्रासाठी शोक करणाऱ्या ह्या माता पाहा. ह्यांचा काय अपराध होता रे?’’

अशा रीतीने गांधारीच्या संतापाचा पुन्हा एकदा उद्रेक होतो. संतापाचा उद्रेक झाला असला तरी आत्तापर्यंत त्या संतापाला मोहाने वेढले आहे. आक्रोश करणाऱ्या स्त्रियांमध्ये स्नुषा ‘भानुमती’ अथवा कन्या ‘दुःशला’ ह्यांना पाहून होणारा संताप मोहवश म्हणता येईल, परंतु इथे केवळ सोळा वर्षांच्या ‘उत्तरे’लासुद्धा शोक करताना ती पाहत आहे. त्या बालिकेचे रुदन तिच्या हृदयाचा सर्वांत जास्त ठाव घेते. त्या क्षणी गांधारीची व्यथा वैयक्तिक मोहाने ग्रस्त राहत नाही, ती मानवी अनुकंपेच्या क्षितिजाला स्पर्श करते.

भानुमती गांधारीची सून होती, पण उत्तरा कुंतीची नातसून होती. तिचा आक्रोश गांधारी सहन करू शकत नाही. मृत अभिमन्यूला उद्देशून उत्तरा म्हणते, ‘‘हे वीरा, मला तुमचा सहवास केवळ सहाच महिने लाभला, सातव्या महिन्यात तर तुम्ही निघून गेलात!’’ त्या वेळी गांधारी अगदी उन्मळून पडते.

(यादव असलेला भूरिश्रवा कौरवांच्या बाजूने लढला होता. त्याच्या पत्नीच्या विलापातील कारुण्यातही कामभावनेचा असलेला सहज उद्‌गार नोंद घेण्याजोगा आहे. आपल्या पतीचा हात मांडीवर घेऊन ती म्हणते, ‘माझी कटिमेखला खेचणारा हाच तो हात, माझ्या पुष्ट स्तनांचे मर्दन करणारा, नाभी, मांड्या तथा नितंबांना स्पर्श करणारा हातही हाच. माझे नीविबंधदेखील हाच हात सोडत होता!’)

आत्तापर्यंत पुत्रमोहाने व्याप्त असलेला गांधारीचा मोह, उत्तरेच्या आक्रोशामुळे अवघ्या मानवजातीबद्दलच्या करुणेने व्याप्त झाला आणि त्याचे परिमाणच बदलून गेले. गांधारी आता केवळ माता राहिली नाही, पतिभक्त सती उरली नाही. जिच्या रोमारोमांत मानवी करुणा भिनली आहे अशी व्यथित, पीडित, विनाश पाहून द्रवित झालेली करुणेची साक्षात मूर्ती बनली आहे. आता तिचे मन आक्रंदत आहे. ह्या आक्रंदनात अपार रोष आहे. हा रोष, हा संताप काढायचा तरी कोणावर? सगळा राग युधिष्ठिरावर एकवटल्यामुळे त्याची नखे काळी पडल्यानंतर पांडवांचा अधिक नाश करण्याची क्षमता राहिलेली नाही, क्रोधाचा वर्षाव पांडवांवर न करण्याची वेदव्यासांनी विनंती केली आहे – तर मग आता, करुणेपोटी जन्मलेल्या ह्या संतापाने विनाशाला जबाबदार असणाऱ्याला स्पर्शही करू नये, असे कसे होईल? एवढ्या महाविनाशाला जबाबदार आहे तरी कोण?

...आणि त्या क्षणी गांधारीची दृष्टी कृष्णाकडे वळते! युद्ध रोखण्यासाठी कृष्णाने शेवटच्या क्षणापर्यंत सारे प्रयत्न केले आहेत, त्यासाठी त्याने गांधारीचेदेखील साहाय्य घेतले आहे. गांधारी हे जाणून आहे; परंतु गांधारीच्या रोषाचे शमन करू शकेल असे दुसरे पात्रच आता कोण उरले आहे? आपला सगळा संताप कृष्णाच्या माथ्यावर ओतत ती म्हणते, ''हे मधुसूदना, तू तर समर्थ होतास की रे! शिष्टाई निष्फळ झाल्यानंतरसुद्धा, मनात आणले असतेस तर दुर्योधनासकट सगळ्यांना रोखून तू युद्ध थांबवू शकला असतास. युद्धाचा परिणाम माहीत असूनसुद्धा तू हा इतका मोठा संहार घडू दिलास, आता तुझ्या त्या कर्माचे परिणाम तुलाही भोगावे लागतील! ज्याप्रमाणे कौरव आणि पांडवांना तू एकमेकांचा नाश करू दिलास अगदी त्याचप्रमाणे तुझा अवघा यादववंश सुद्धा एकमेकांचा संपूर्ण विनाश करेल, असा शाप मी तुला देत आहे.''

महाभयानक होता हा शाप! जो विनाश घडू नये म्हणून अत्यंत निष्ठापूर्वक प्रयत्न केले, त्या विनाशाबद्दल जबाबदार धरले जात होते; एवढेच नव्हे तर त्याचे फळ म्हणून समग्र वृष्णिवंशाच्या नाशाची अतिप्रचंड आणि अन्यायी शिक्षासुद्धा दिली जात होती. अन्य कोणीही त्या क्षणी अत्यंत क्षुब्ध झाला असता. सारासाराचा विवेक हरवून अविवेकी उलट कृत्य करून बसला असता.

'न हि कल्याणकृत्कश्चिद् दुर्गतिं तात गच्छति ।' ह्या शब्दांची कसोटी बघणारा क्षण येऊन उभा ठाकला होता. कृष्णाचे एकूण एक प्रयास 'कल्याणकृत'च होते, तरीसुद्धा अशी घोर दुर्गती कशी काय प्राप्त झाली? भावी पिढ्यांनी हे कसे आणि काय म्हणून स्वीकारावे? साक्षात कृष्णाला स्वतःलाच जर 'कल्याणकृत' नंतर अशा 'दुर्गती'च्या स्वाधीन व्हावे लागत असेल तर मग त्या वचनावर कोणी विश्वास तरी का ठेवावा?

...पण कृष्ण विचलित होत नाही. त्याच्या स्वतःच्या शब्दांची यथार्थता जणू सहजच प्रगट होते. नाश हे सहजकर्म आहे. नाश हा जन्माशी जोडलेलाच आहे. मुळात यादव अत्यंत सामर्थ्यवान आहेत, शिवाय 'कृष्ण' आणि 'बलराम' ह्यांसारख्या उत्तुंग व्यक्ती त्यांच्या संरक्षक आहेत. त्यांचा नाश सहजासहजी होईलच कसा? कोणतीही बाह्य शक्ती त्यांचा संहार करू शकणार नाही, हे कृष्णाला माहीत आहे. म्हणूनच, माता गांधारीने शापवाणी उच्चारताक्षणी, केवळ कृष्णालाच शक्य असे स्मित करून कृष्ण म्हणतो, "माते, तुझा हा शाप म्हणजे आशीर्वादच आहे, असे मानून मी त्याचा स्वीकार करतो. यादवांच्या सामर्थ्यानेच त्यांचा नाश करावा, हेच उचित आहे. अन्य कोणी त्यांचा पराजय करू शकणार नाहीतच."

कृष्णाचे हे रूप यादव कुळाच्या नाशाच्या घटनाप्रसंगी लक्षात घेण्याजोगे आहे. सामर्थ्याचा अतिरेक झाला, की विवेक त्यागला जातो आणि विवेकहीन माणसाला जर काळधर्म स्वाभाविकरीत्या प्राप्त झाला नाही तर घडणारा परिणाम म्हणजेच खरी 'दुर्गती'! अशा दुर्गतीपासून समग्र वृष्णिवंशाला वाचवण्यासाठी, गांधारीच्या त्या शापाला आशीर्वादरूप मानून कृष्ण त्याचा स्वीकार करतो, त्यातील मर्म हेच आहे.

एकदा त्या शापाचा सहजपणे स्वीकार केल्यावर कृष्ण लगेच म्हणतो, "गांधारी, तू मला दोषी ठरवलेस खरे; परंतु दुर्योधनाची समजूत घालण्यात तू देखील निष्फळ ठरली होतीस, हे तू विसरते आहेस. जे झाले त्याबद्दल आता शोक करणे व्यर्थ आहे. तू आता शांत व्हावेस आणि ह्या पांडुपुत्रांना आशीर्वाद द्यावास."

अशा तऱ्हेने, 'न हि कल्याणकृत्कश्चिद् दुर्गतिं तात गच्छति ।' ह्या भविष्यदर्शी कृष्णवचनाच्या प्रत्यक्ष दर्शनाचा अवघड क्षण पार पडला. 'दुर्गती' हा काही तत्काळ घडून येणार 'इन्स्टंट' परिणाम नव्हे; तो दूरगामी परिणाम आहे. जो कोणी असे हे दूरगामी दृश्य पाहू शकतो तोच त्या दुर्गतीच्या पलीकडे पोहोचू शकतो.

कृष्णाने म्हटले आहे, 'नासतो विद्यते भावो ना भावो विद्यते सतः।'- 'जे असत्य आहे ते प्रत्यक्षात कधी नसतेच आणि जे सत्य आहे ते नाही, असे कधीच होऊ शकत नाही.' सत्य म्हणजे, 'असणे' आणि असत्य म्हणजे, 'नसणे.' मग, जे नाहीच त्याची चिंता का करावी? तसेच, जे आहे ते नाकारावे तरी कशासाठी? सत्य आणि असत्य ही दोन्ही तत्त्वे एकदा का ह्या एवढ्या परिप्रेक्ष्यात उमजली, की मग अन्य कित्येक प्रश्नांचा उलगडा होऊ लागतो. 'कल्याण' आणि 'दुर्गती' हे दोन शब्द ह्यासंदर्भात समजून घेतले तर मग कृष्णाची ती 'प्रॉमिसरी नोट' वटवण्यासाठी कोठेही जावे लागणार नाही, स्वतः कृष्णच ती वटवून देण्यासाठी दारी येऊन उभा राहील.

◆

'विद्यावतां भागवते परीक्षा'

श्रीकृष्णदर्शन घडण्यासाठी आपल्याला उपलब्ध असलेल्या ग्रंथांत 'महाभारता' खेरीज 'हरिवंश' आणि 'श्रीमद्‌भागवत' हे आणखी दोन मुख्य ग्रंथ आहेत. यांशिवाय, 'विष्णुपुराण' आणि 'ब्रह्मवैवर्तपुराण' ह्यांसारख्या पुराणांमध्येदेखील कृष्णाविषयी बऱ्याच प्रमाणात लिहिले गेले आहे. 'वायुपुराण' वा 'पद्मपुराणां'सारख्या इतर पुराणांतसुद्धा कृष्णासंबंधी उल्लेख आहेत. ह्या सगळ्यांपैकी 'महाभारत', 'हरिवंश' आणि 'भागवत' हे तीन ग्रंथ सर्वांत अधिक विश्वसनीय तसेच बऱ्यापैकी प्राचीन म्हणता येतील. 'महाभारता'च्या वेगवेगळ्या स्तरांमधील प्रतींबद्दल असलेली मतांतरे मान्य केल्यावरही मूळ 'जयसंहिते'ची प्राचीनता आणि त्यात उल्लेखिलेल्या सगळ्याची श्रद्धेयता ह्यांबद्दलच्या चर्चेला आता फारसा वाव नाही. वितंडवादच घालायचा असेल तर गोष्ट वेगळी!

'महाभारता'च्या आदिपर्वाच्या प्रारंभीच, ज्याला समग्र ग्रंथाची अनुक्रमणिका म्हणता येईल, असा पूर्वग्रहसंग्रह-दुसरा अध्याय-आहे. त्यात 'हरिवंशा'चा उल्लेख आहे. अठरा पर्वांच्या विस्तृत आलेखनानंतर महर्षी व्यासांनी दोन पर्वे रचली, असा खुलासा येथे सापडतो. ('हरिवंशा'च्या वर्तमान प्रचलित आवृत्तीत तीन पर्वे आहेत. ह्याचा अर्थ असा, की ह्यातसुद्धा एक पर्व मागाहून घातलेले आहे.) 'महाभारत'कार व्यास हेच 'हरिवंश'कर्ता व्यास आहेत, की दुसरे कोणी ह्याबद्दल मतभेद आहेत, कारण ज्या अनुक्रमाचा आधार घेऊन, 'हरिवंश'कारालाच 'महाभारत'कार म्हटले जाते, त्या अनुक्रमपर्वात अन्य कोणी हे श्लोक मागाहून घुसडले असतील, ही शक्यता नाकारता येत नाही. दोन्ही ग्रंथांचे बारकाईने विश्लेषण करणाऱ्या विद्वानांच्या मते, 'हरिवंशा'ची भाषाशैली, त्यातील कथन इत्यादीसुद्धा 'महाभारता'पेक्षा वेगळी दिसून येतात. तसे असेल तर 'हरिवंश' 'महाभारता'नंतर लवकरच म्हणजे एखाद-

दुसऱ्या शतकातच लिहिले गेले असावे, हे तर्कसंगत वाटते.

'भागवता'बद्दल मात्र असे खात्रीपूर्वक म्हणता येत नाही. विद्वानांच्या (म्हणजे 'महाभारत' काळ ५हजार वर्षांपूर्व मानणारे) मते, 'भागवता'चा काळ इ. स. पूर्व ३हजार पासून ते इ. सनाच्या १३व्या शतकापर्यंत असू शकतो. 'भागवत' 'महाभारता'इतकेच प्राचीन आहे, असे मानणारे 'भागवता'च्या रचनेचे यश 'महाभारत'कर्त्या व्यासांनाच देतात. शाक्त मताप्रमाणे तर 'भागवता'ला पुराण म्हणून मान्यताच नाही. त्यांच्या मते, १३ व्या शतकात होऊन गेलेल्या देवगिरीच्या राजा हेमाद्रीच्या दरबारातल्या बोपदेवाने हा ग्रंथ रचला आहे आणि व्यासांचा ह्या रचनेशी काही संबंध नाही. आदि शंकराचार्यांच्या एक-दोन शतके आधी 'भागवत' ग्रंथाची रचना झाली असावी, असे इच्छाराम सूर्यराम देसाईंचे मत आहे. आदी शंकराचार्यांचा काळ म्हणजे आठवे शतक असे मानले जाते. त्यांच्या 'सर्वसिद्धान्तसंग्रह' ह्या ग्रंथात, 'भागवतात कृष्णाने उद्धवाला अवधूत मार्ग उद्‌बोधला होता,' असा उल्लेख आहे असे सांगून इच्छाराम सूर्यराम देसाई 'भागवता'चा काळ शंकराचार्यांच्या एक-दोन शतकांपूर्वीचा असावा, असे मांडतात.

असे असले तरी, ह्या ग्रंथांचा रचनाकाल अथवा त्यांचे महत्त्व याबद्दलची चर्चा येथे अभिप्रेत नाही. येथे मुख्यत्वे ज्या मुद्द्याबद्दल सांगायचे आहे, तो मुद्दा वस्तुतः कृष्णदर्शनाच्या चर्चेला थेट स्पर्शही करत नाही आणि तरीसुद्धा हा मुद्दा अत्यंत रोचक आहे, एवढेच नव्हे तर आपण जिला 'भागवत'कथेचा पाया मानतो त्या, परीक्षित राजाच्या घटनेलाच मुळापासून हादरवून टाकेल, असा आहे. मूळ पायाच डगमगत असेल तर त्यावर उभ्या असलेल्या 'भागवत' ग्रंथाचासुद्धा नव्याने विचार करणे क्रमप्राप्त आहे.

ह्यात 'भागवता'च्या श्रद्धेला धक्का लावण्याचा प्रयत्न करण्याचा भाग मुळीच नाही. 'भागवता'त सामावलेले तत्त्वज्ञान, भक्ती, कृष्णचरित्र–हे सगळे कोट्यवधी माणसांच्या रक्तात भिनले आहे. त्या श्रद्धेवर प्रहार करण्याच्या, सध्या रूढ झालेल्या अतिबुद्धिवादी प्रयासांच्या 'फॅशन'च्या प्रवाहात हात धुऊन घेण्याचाही भाग नाही. हे केवळ एक रंजक निरीक्षण आहे.

शेकडो वर्षांपासून 'श्रीमद्‌भगवता'चे कथाकार एक गोष्ट सांगत आले आहेत- 'परीक्षित राजाने, आपले पिता शमीक ऋषी यांच्या गळ्यात मेलेला साप घालण्याचा उर्मटपणा केल्याचे पाहून ऋषींचा पुत्र शृंगी अत्यंत संतप्त झाला. 'आजपासून सातव्या दिवशी तक्षक नाग चावल्यामुळे परीक्षिताचा मृत्यू ओढवेल,' असा त्याने शाप दिला. शमीक ऋषींना हे कळल्यावर त्यांनी गौरमुख नावाच्या एका शिष्याला पाठवून परीक्षिताला ह्या शापाबद्दल माहिती दिली. 'महाभारता'च्या आदिपर्वाच्या ३८ व्या अध्यायाच्या २१ व्या श्लोकापर्यंत येथवरच्या कथाभागाचे वर्णन आहे.

ह्यानंतरच्या घटनांच्या बाबतीत मात्र 'महाभारत' आणि 'भागवत' एकमेकांच्या समोरासमोर उभे ठाकले आहेत. ह्या परस्परविरोधी बाजूच मोठ्या रंजक आहेत.

'भागवता'त म्हटले आहे, की ह्या शापाबद्दल कळल्यावर परीक्षित राजाने शांतपणे, अतिनम्रतापूर्वक म्हटले, 'झाले ते उचितच झाले. तक्षकाच्या विषरूपी अग्निमुळे आता विषयाप्रति असलेल्या माझ्या आसक्तींचा नाश होईल.' (प्रथम स्कंध, अध्याय ३) असे म्हणून, उपवासव्रत धारण करून, राजा गंगातटी जाऊन बसला. अशाप्रकारे राजा मृत्यूचा सहज स्वीकार करायला तयार झाल्याबरोबर अत्री, वसिष्ठ, भृगु, पराशर, भारद्वाज, गौतम इत्यादी महर्षींसह नारद आणि स्वतः वेदव्यासही त्या ठिकाणी जाऊन पोहोचले.

राजाने त्या सगळ्यांची यथायोग्य पूजा केली आणि प्रार्थना करत म्हटले, "परमेश्वरावर निष्ठा ठेवणारा मी आता तुम्हा साऱ्यांच्या आश्रयाला आलो आहे. तक्षकाने मला डंख मारण्याआधी आपण सर्वांनी मला भगवान विष्णूची कथा सांगावी." परीक्षिताने असे म्हणताच आकाशातून देवांनी हर्षनादासह पुष्पवृष्टी केली. राजाचा प्राण त्याचा देह त्यागून जाईपर्यंत त्याच ठिकाणी थांबून राहण्याचे सर्व ऋषींनी ठरविले. व्यासपुत्र शुकदेवांनी राजाला 'श्रीमद्भागवता'ची कथा ऐकवण्यास सुरुवात केली.

'महाभारता'च्या आदिपर्वाच्या ३८ व्या अध्यायातील २२ व्या श्लोकापासून ३० व्या श्लोकापर्यंत हीच घटना कशी मांडली आहे, ते आता पाहू या. शापवाणीबद्दल ऐकताच राजा शोकसंतप्त आणि दुःखी झाला. शमीक ऋषींनी आपल्यावर एकवार प्रसन्न व्हावे, अशी विनंती करून त्याने गौरमुखाला निरोप दिला आणि त्यानंतर 'संविग्नमनस' म्हणजे व्याकूळ होऊन, ह्या संकटातून वाचण्याचा मार्ग काढण्यासाठी तो आपल्या मंत्रिगणांशी चर्चा करू लागला.

त्यानंतर, पूर्णतया सुरक्षित असा एकखांबी तंबू तयार करण्यात आला. नाना औषधींसह वैद्यांची तसेच मंत्रसिद्ध ब्राह्मणांची तेथेच व्यवस्था करण्यात आली आणि मग अशा सुरक्षित स्थळी बसून तो राज्यकारभार पाहू लागला. ह्यात शापवाणीचा सहज स्वीकार केल्याचा कोठेही संकेत नाही. स्वस्थचित्त असल्याचा, ईश्वरपरायण असल्याचा, ऋषींच्या आगमनाचा अथवा गंगातटी जाऊन बसल्याचा उल्लेखही नाही. 'महाभारता'तल्या ह्या परीक्षिताची गोष्ट मान्य करायची झाल्यास शुकदेवांनी त्याला 'भागवता'ची कथा ऐकविली ह्या गोष्टीला मुळातच छेद जातो.

सातव्या दिवशी तक्षक नाग राजाला ज्याप्रकारे डंख करतो त्याचे वर्णन दोन्ही ग्रंथांत जवळपास एकसारखेच आहे. कोणत्याही सर्पाचे विष उतरवू शकण्यास समर्थ असणारा कश्यप नावाचा एक ब्राह्मण राजाला पुनर्जीवित करून पुष्कळ धन मिळवण्याच्या लोभाने त्याकडे निघाला आहे. ह्या ब्राह्मणाच्या सामर्थ्याची तक्षकाला

कल्पना आहे. त्यामुळे त्या ब्राह्मणाला मार्गातच अडवून तक्षक त्याला म्हणतो, ''हे द्विजोत्तमा, राजाकडून जेवढे धन मिळेल असे तुला वाटते आहे, त्यापेक्षा अनेकपटींनी अधिक धन मी तुला देतो. ते घे आणि येथूनच मागे फिर.''

...आणि हा 'द्विजोत्तम' (संबोधनातच किती उपरोध आहे पाहा) गाठोडेभर धन घेऊन लगेच माघारी परतला! आपल्या धनलालसेवर पांघरूण घालण्यासाठी हा ब्राह्मण आपल्या मनाची समजूत घालण्यासाठी म्हणतो, ''नाहीतरी परीक्षित आता काळाच्या तावडीत गवसला आहे. त्याचे आयुष्यच संपुष्टात आले आहे, तर आता प्रकृतिक्रमात ढवळाढवळ करणारा मी कोण?'' आत्मवंचनेचे हे उत्तम उदाहरण आजच्या काळातही लागू पडणारे आहे. ह्यानंतर, ब्राह्मणाचा वेष धारण करून तक्षक गुप्तपणे परीक्षितापर्यंत जाऊन पोहोचला आहे.

येथवर असे सगळे ठीक आहे; परंतु पुन्हा एकदा यापुढे दोन्ही महाग्रंथांची कथा वेगळी होते. 'भागवता'च्या बाराव्या स्कंधाच्या सहाव्या अध्यायात परीक्षितमोक्षाची गोष्ट आहे. तक्षकाने राजाला डंख मारण्याआधीच 'भागवत' कथेचे श्रवण केल्यामुळे पवित्र झालेल्या परीक्षिताने आपला आत्मा विगलित करून ब्रह्मसमाधी प्राप्त करून घेतली होती. तक्षकाच्या डंखामुळे भस्म झाले ते केवळ त्याचे स्थूल रूपातील शरीर! त्याचा देह भस्मीभूत झाला आणि लगेच पुनश्च एकदा पुष्पवृष्टी झाली. गंधर्व-अप्सरादी गाऊ लागले आणि 'छान झाले' 'छान झाले' असे ध्वनी निनादू लागले.

'महाभारता'च्या आदिपर्वाच्या ३९ व्या अध्यायातील २३ ते ३३ श्लोकांत सर्पदंशाची गोष्ट वेगळ्या स्वरूपात आढळते. त्या एकखांबी तंबूमध्ये सुरक्षितपणे राहणाऱ्या राजाकडे तक्षकाने ब्राह्मणवेषातील आपल्या अन्य सोबती-सर्पांना फळे इत्यादी घेऊन पाठवले. त्या फळांमध्ये लपून तक्षक राजापर्यंत पोहोचला. छद्मवेषी ब्राह्मणांकडून राजाने फळे स्वीकारली. राजाने फळ खाण्यास घेताक्षणीच तक्षकाने त्याला डंख मारला आणि राजा तत्काळ मृत्युमुखी पडला. राजा मृत्यू पावल्याचे पाहताच त्याचे मंत्रिगण रडत रडत तेथून पळून गेले.

अशाप्रकारे, परीक्षित राजाचे 'महाभारताती'ल आणि 'भागवता'तील पात्र-चित्रण अगदीच वेगवेगळे आहे. 'महाभारताती'ल परीक्षिताचे पात्रचित्रण स्वीकारायचे म्हटल्यास समग्र 'भागवत' कथेचाच पुनर्विचार करणे भाग आहे. दोन टोकांवर असलेल्या ह्या दोन चित्रणांच्या संदर्भात अधिक विचार होण्याची गरज आहे आणि म्हणूनच 'विद्यावतां भागवते परीक्षा' हे सुप्रसिद्ध वचन यथार्थ ठरत आहे.

◆

दोन उत्तुंग शिखरांच्या सावल्या

'महाभारता'चे समग्र कथानक लक्षात घेतले तर त्यात अनेक कथा, उपकथा तसेच आनुषंगिक कथा असल्याचे दिसून येते. त्या सर्व कथांमध्ये मिळून शेकडो-हजारो पात्रांचे चित्रण झाले असेल. इतकी समृद्ध आणि वैविध्यपूर्ण पात्र-सृष्टी संपूर्ण विश्वसाहित्यातील अन्य कोणत्याही ग्रंथात क्वचितच सापडेल! ह्या इतक्या मोठ्या पात्रसंख्येत केवळ दोनच पात्रे अशी आहेत, की ज्यांचे मूल्य उरलेल्या एकूण एक पात्रांच्या एकत्रित मूल्याइतके आहे. ही दोन पात्रे म्हणजे देवकीनंदन कृष्ण आणि गंगापुत्र भीष्म! कृष्ण हे 'महाभारता'च्या जवळपास सगळ्याच घटनांमध्ये व्याप्त असलेले पात्र आहे ह्यात संदेह नाही; परंतु गंगापुत्र भीष्म ज्याप्रकारे 'महाभारतात' साद्यन्त व्यापून राहिले आहेत तेवढी व्यापकता कृष्णाला लाभलेली नाही.

एका दृष्टीने पाहू जाता, कृष्णापेक्षाही विशेषतः भीष्मच 'महाभारत' कथेच्या केंद्रस्थानी आहेत. भीष्मांच्या जन्मासोबतच 'महाभारत' कथेच्या वटवृक्षाचे बीजारोपणही झाले असे म्हणता येईल. 'महाभारता'तील एकूण सर्व पात्रांमध्ये भीष्म हे केवळ गुरू आहेत असे नव्हे तर ते सर्वाधिक वयोवृद्धही आहेत. 'महाभारता'तील विविध घटनांपैकी अधूनमधून उद्‌भवणाऱ्या आणीबाणीच्या प्रसंगी प्रकट होणारे महर्षी वेदव्यास सगळ्यांनाच पूजनीय असले तरी सर्वांत वयोवृद्ध भीष्मच आहेत. व्यासांचे तप, त्यांची अलिप्तता आणि त्यांची आर्षदृष्टी ह्यांमुळे व्यास पूजनीय आणि श्रद्धेय ठरले आहेत.

तसे पाहता, व्यास आणि भीष्म दोघांची जन्मदात्री माता वेगळी आहे आणि जन्मदाता पिताही एकच नाही; परंतु तरीही एका दृष्टीने, व्यास आणि भीष्म दोघे एकमेकांचे भाऊ आहेत. पिता शांतनू आणि माता गंगा यांचा पुत्र भीष्म आणि

मत्स्यकन्या सत्यवतीच्या कौमार्यावस्थेत पराशर ऋषीपासून तिला झालेला पुत्र व्यास हे नात्याने एकमेकांचे भाऊ ठरले ह्याला काय म्हणावे! राजा शांतनूशी मत्स्यकन्या सत्यवतीचा विवाह झाला आणि वेगवेगळ्या माता-पित्यांची ही अपत्ये –भीष्म आणि व्यास भाऊ-भाऊ झाले.

पराशर ऋषींनी ज्या वेळी ह्या मत्स्यकन्येच्या ठायी पुत्र उत्पन्न केला त्या वेळी ती एक अबोध कुमारिका होती, हे लक्षात घेता तिचे वय त्यावेळी सोळा-सतरा वर्षांहून अधिक नसावे. व्यासांचा जन्म होताच पिता पराशर त्या शिशूला आपल्यासोबत घेऊन जातात आणि स्वतःच्या तपोबलाने सत्यवतीचे अखंड कौमार्य पुनर्स्थापित करतात. त्यानंतर ह्या सौंदर्यवती योजनगंधा तरुणीवर राजाची दृष्टी पडते. थोड्याफार प्रयत्नांती शंतनू ह्या तरुणीला आपली पत्नी करून घेतात. पित्याच्या ह्या पुनर्विवाहाच्या वेळी भीष्म तरुण आहे, युवराजपदी स्थापित झालेला आहे, तसेच विवाहयोग्य वयाचाही झालेला आहे.

शंतनूशी विवाह होतेवेळी सत्यवती तरुणच आहे, त्याअर्थी व्यासजन्मानंतर फार अधिक काळ लोटलेला नाही. तिचे वय त्या वेळी वीसेक वर्षांचे असेल, हे तर्कसंगत वाटते. ह्या दरम्यान व्यासांचे संगोपन पराशरांकडेच होत आहे आणि बालक व्यासांचे वयदेखील पाचएक वर्षांहून अधिक नसावे. अशाप्रकारे, भीष्म हे व्यासांपेक्षा सुमारे पंधरा वर्षांनी मोठे असावेत, असे म्हणता येईल. कृष्ण आणि अर्जुन हे दोघे साधारणतः समवयस्क होते. भीष्मांनंतरची दुसरी पिढी म्हणजे चित्रांगद आणि विचित्रवीर्य ही सत्यवतीची दोन अपत्ये (अर्थात, व्यासांद्वारे नियोग पद्धतीने जन्मलेली), त्यामुळे धृतराष्ट्र-पांडू ही तिसरी पिढी ठरते. अशा तऱ्हेने, अर्जुन हा भीष्मांनंतरची चौथी पिढी. आता, चौथ्या पिढीतला अर्जुन आणि कृष्ण जर समवयस्क असतील तर भीष्म हे कृष्णापेक्षा कमीत कमी पंच्याहत्तर ते ऐंशी वर्षांनी मोठे असायला हवेत. ह्या गणनेनुसार,भीष्मांसमोर कृष्ण म्हणजे बालकच म्हटला पाहिजे.

...आणि हेच भीष्म–पितामह भीष्म–राजसूय यज्ञाच्या वेळी सर्वप्रथम अर्घ्याचा अधिकारी म्हणून कृष्णाचे नाव सुचवतात. पूज्यस्थान हे वयाने नव्हे तर गुणांनी ठरत असते ह्या सिद्धान्ताचे भीष्मांनी येथे प्रतिपादन केले आहे. कृष्णाची महती भीष्म पुरेपूर जाणून आहेत. कृष्णाचे सामर्थ्य आणि कृष्णाचे लोकोत्तर स्वरूप ह्यांपासूनही भीष्म अनभिज्ञ नाहीत. भीष्म कृष्णाला वंदनीय मानतात. कृष्णाने आक्रमिलेला मार्ग हाच मानवकल्याणाचा मार्ग आहे, याची पूर्णतया कल्पना असूनसुद्धा काळाच्या बंधनात अडकलेले भीष्म कृष्णाच्या विरोधात उभे ठाकले आहेत. आपली प्रतिज्ञा विसरून साक्षात कृष्ण स्वतः ज्या वेळी भीष्मांना मारायला धावून गेला त्या वेळी तर भीष्म कृष्णापेक्षाही वीतभर उंच उठून दिसतात.

भीष्मांच्या महानतेची जाणीव कृष्णाच्याही नसानसांत कशी व्यापून होती ते शांतिपर्वाच्या ४६व्या अध्यायात दिसून येते. युद्ध समाप्त झाले आहे. युधिष्ठिराने राज्याची धुरा सांभाळली आहे. घडलेल्या इतिहासाचा हस्तिनापुराने स्वीकार केला आहे. अशा वेळी एके सकाळी महाराज युधिष्ठिर कृष्णाकडे जातात. कृष्णाशी बोलू लागतात. कृष्ण त्यांच्या पुढ्यातच मंचकावर शांतपणे बसलेला आहे, परंतु युधिष्ठिराचा एक शब्दही त्याच्यापर्यंत पोहोचत नाही.

कृष्ण ध्यानस्थ झाला आहे. कृष्णाचा देह जरी तेथेच असला, तरी त्याचे चित्त मात्र कोठे दुसरीकडेच स्थिरावले आहे, हे लक्षात आलेला युधिष्ठिर आश्चर्याने त्याच्याकडे पाहत आहे. कृष्णाचे चित्त पुन्हा देहाच्या ठायी स्थिर झाल्यावर कृष्ण म्हणतो, "शरशय्येवर पहुडलेले भीष्म आत्ता माझे ध्यान करीत होते आणि माझे चित्त त्यांच्यात स्थिरावले होते." एवढे सांगून कृष्ण युधिष्ठिराला म्हणतो, "भीष्म आपल्या शरीरधर्माचा संकोच करून घेत आहेत; आता समस्त विश्वातल्या ज्ञानाचादेखील अस्त व्हायची वेळ आली आहे. अशा वेळी हे राजा, तू भीष्मांपाशी जाऊन ते ज्ञान प्राप्त करून घ्यावेस."

कृष्णाच्या सूचनेनुसार युधिष्ठिर आपले सर्व बंधू, परिवारजन, सभाजन तसेच ऋषीगण ह्या सर्वांसह कृष्णाला सोबत घेऊन निघतो. साक्षात मृत्यूला रोखून धरून, उत्तरायणातील सूर्याची प्रतीक्षा करीत गंगातटी पडून राहिलेल्या भीष्मांपाशी ते सगळे पोहोचतात. 'महाभारता'त मिळणाऱ्या पुराव्यांमध्ये ह्या ठिकाणी जरा गुंता आढळतो. युद्धाच्या दहाव्या दिवशी भीष्म पडले आहेत. त्यांना इच्छामरणाचे वरदान मिळालेले असल्याने सूर्याची गती उत्तरेकडे होईपर्यंत त्यांनी प्राण धरून ठेवले आहेत. संपूर्ण अठ्ठावन्न दिवस प्राण धरून ठेवण्याचे प्रयास त्यांनी केले आहेत. अठ्ठावनाव्या दिवशी उत्तरायणानंतर त्यांनी देहत्याग केला आहे. (अनुशासन पर्व, अ. १५२, श्लोक २७)

'शांतिपर्वात'ल्या ५१व्या अध्यायात, शरशय्येवर पडलेल्या भीष्मांजवळ पांडवांसह आलेला कृष्ण त्यांना म्हणतो, (श्लोक १४) "हे कुरुनंदना, तुमच्या आयुष्यातील छप्पन दिवस अजून शिल्लक आहेत." भीष्म शरशय्येवर पडल्यानंतर आठ दिवस तर युद्ध सुरूच होते. युद्ध संपल्यावर, सगळ्या मृतदेहांचे अंत्यसंस्कार, त्यानंतर राज्याभिषेक इत्यादी गोष्टी संपन्न झाल्या आहेत. असे असताना कृष्ण भीष्मांच्या आयुष्याचे छप्पन दिवस उरले असल्याचे सुचवतो ह्याचा मेळ बसत नाही. एवढेच नव्हे तर, भीष्मांकडून ज्ञान प्राप्त केल्यावर युधिष्ठिर सर्वांसह हस्तिनापुराला परत जायला निघतो, तेव्हा भीष्म सगळ्यांना म्हणतात, "आता सूर्य उत्तरायणात गेल्यावर तुम्ही सगळे माझ्या अंत्यविधीसाठी या." (अनुशासन पर्व : अध्याय १५२ श्लोक १०)

ह्याच पर्वातल्या १५३ व्या अध्यायात 'त्यानंतर पन्नास रात्री नगरात घालवल्यावर युधिष्ठिराला भीष्मांनी सूचित केलेल्या ह्या समयाची आठवण झाली' (श्लोक ५) असे म्हटले आहे. आता इथे जर कृष्णाने म्हटलेले ५६ दिवस लक्षात घेतले तर भीष्म आणि युधिष्ठिर ह्यांच्यातला संवाद सहा दिवस चालला होता, असे मानावे लागेल. गुंता इथेही आहेच. १५३व्या अध्यायाच्या १५८ व्या श्लोकात देहत्यागाच्या क्षणापूर्वी भीष्म म्हणतात, "आता पवित्र माघ महिन्याचा आरंभ झाला आहे. सध्या शुक्लपक्ष सुरू आहे आणि महिन्याचा तीनचतुर्थांश भाग अजून शेष आहे." ह्याचा अर्थ, भीष्मांच्या देहत्यागाचा दिवस 'वसंतपंचमी' अथवा त्याच्या आसपास केव्हातरी असायला हवा.

भीष्मांनी युधिष्ठिराला ज्ञानदान करावे असे कृष्णाने सुचविल्यावर भीष्मांनी उत्तरादाखल एक सुंदर प्रश्न विचारला आहे. त्या प्रश्नाचे उत्तर देताना कृष्ण जे म्हणतो, त्यातून कृष्णाला भीष्मांबद्दल वाटणारा अतिगूढ असा प्रचंड सद्भाव प्रकट होतो. भीष्म म्हणतात, "हे माधवा, मी पांडुपुत्राला धर्मोपदेश करावा असे तू म्हणतोस, पण तू स्वतःच ते का करत नाहीस? तू तर सर्व काही जाणतोस!"

भीष्मांचा हा प्रश्न तर्कशुद्ध आहे, तसाच भीष्म कृष्णाची महती जाणून असल्याचं द्योतक आहे. भीष्मांच्या प्रश्नाला उत्तर देताना कृष्ण म्हणतो, "तात, तुम्ही म्हणता ते खरे आहे, मीसुद्धा ते जाणतो. परंतु हे ज्ञान तुमच्याकडून दिले गेले तर तुमच्या यशाला वेदवाक्यासारखे अमरत्व प्राप्त होईल. असे अमरत्व तुम्हाला लाभावे, अशी माझी इच्छा आहे."

भीष्म अशा प्रकारच्या अमरत्वाचे अधिकारी आहेत आणि त्यांना त्यांचा अधिकार मिळायलाच हवा. ह्या ठिकाणी कृष्णाने भीष्मांची महानता केवळ मान्य केली आहे असे नव्हे, तर इतरांकडून त्यांच्या महानतेला निःशंकपणे स्वीकृती मिळावी, अशी परिस्थिती निर्माण केली आहे. कृष्णाने स्वतःसाठी कधीच काही मिळविण्याचे प्रयत्न केले नाहीत– मग ते राज्य असो, की यश असो. जो कोणी ज्या गोष्टीचा अधिकारी असेल तो अधिकार त्याला मिळावा, अशी परिस्थिती निर्माण करण्यासाठी कृष्णाने सदैव प्रयत्न केले. काही भक्तजन ह्याला ईश्वर आणि भक्त ह्यांच्यातील नाते असेही म्हणू शकतील.

प्राणत्याग करण्याआधी पितामह युधिष्ठिराला म्हणतात, "पुत्रा, तू कर्मानुसार प्रारब्धवश–आज येथे तुझ्या मंत्रिगणांसह उपस्थित झाला आहेस." ह्या ठिकाणी, प्रारब्ध प्रबळ असल्याचा स्पष्ट संकेत आहे. जे काही आज प्राप्त झाले आहे ते पौरुषाच्या जोरावर अथवा अन्य कोणत्या कारणाने मिळवले आहे, असा अहंकार किंवा तसा भावसुद्धा मनात जागृत होऊ नये ह्यासाठीच भीष्मांनी स्पष्टपणे म्हटले आहे – जी सिद्धी मिळाली आहे ती केवळ कर्मानुसार–केवळ प्रारब्धवश आहे.

आणि मग, आपल्या वाणीला अंतस्थळाच्या तळापर्यंत उतरविण्यापूर्वी, त्यांनी उच्चारलेल्या अंतिम वाक्यातून केवळ शासनकर्त्यांच्याच नव्हे तर समग्र मानवजीवनाच्या यशाची जणू गुरुकिल्लीच दिली आहे.

युधिष्ठिराला म्हणजेच राजाला उद्देशून भीष्म म्हणतात, ''हे प्रजानाथा, ब्राह्मण (इथे अर्थातच जन्माने नव्हे तर कर्माने ब्राह्मण असलेला असाच अर्थ भीष्मांना अभिप्रेत असणार) प्राज्ञजन, आचार्य आणि ऋत्विज अशा सगळ्यांना तू सदैव पूज्य मानावेस.'' विद्या, ज्ञान, तप, पावित्र्य तसेच उच्च आचार ही मूल्ये कालातीत आहेत. शासकाने नेहमीच त्यांची जाणीव ठेवून त्यांचा योग्य तो आदरसत्कार केला पाहिजे, ह्या आपल्या अंतिम संदेशानंतर पितामहांनी एकामागून एक आपल्या स्थूल अंगातून चेतना आवरत्या घ्यायला सुरुवात केली. जसजसे एकेक अंग प्राणहीन होत गेले तसतसे त्या त्या भागात रुतलेल्या बाणांतून ते सहजच मुक्त होत गेले. सरतेशेवटी, चैतन्याच्या ज्योतीने मस्तकातून बहिर्गमन केले!

पितामहांचा निरोप घेण्याची मानसिक भूमिका यापूर्वी तयार होऊन चुकली होती. गंगातटी भीष्मांच्या पार्थिवावर अंत्यसंस्कार करण्यात आले त्या वेळी गंगा तेथे प्रगट होते. भीष्मांचा अंत होण्यातली महानता आणि भव्यता इतर सर्वांनी स्वीकारली असली तरी स्वतः गंगा मात्र ती स्वीकारू शकत नाही. आपल्या सात सात पुत्रांना जन्मताक्षणीच पाण्यात सोडून देऊन त्यानंतरही स्वस्थचित्ताने जगणारी ती जननी ह्या आठव्या पुत्राच्या प्रदीर्घ आयुष्याचा झालेला शेवट मात्र शांतपणे स्वीकारू शकत नाही. ती विलाप करू लागते.

तिचे रुदन ह्या आठव्या पुत्राचा देहान्त झाला ह्यासाठी नाही; तिचे आक्रंदन आहे ते ज्या पद्धतीने हा मृत्यू आला त्या निमित्तासाठी आहे. ती म्हणते, ''ज्या माझ्या पुत्राने साक्षात परशुरामाला हरवले, ज्याने अवघ्या सृष्टीच्या राजांचा पराभव करून तीन कन्यांचे हरण केले असा नरश्रेष्ठ शिखंडीसारख्या नपुंसकांकडून मारला जावा, हे पाहून माझे काळीज विदीर्ण होत आहे. शिखंडी त्याच्या अंताचे निमित्त ठरावा ही विपरीतता माझ्याने सहन होत नाही!''

इथे पुन्हा एकदा कृष्णच परिस्थिती सांभाळून घेतो. गांधारीच्या विलापप्रसंगी सुद्धा कृष्णाने हेच केले होते. युद्ध समाप्त झाल्यावर युधिष्ठिराला एक प्रकारच्या वैराग्य भावनेने ग्रासून टाकले असता कृष्णानेच त्याला पुन्हा त्याच्या धर्माकडे वळवले होते. विलाप करणाऱ्याला सांभाळून घेण्याचे असे अनेक प्रसंग कृष्णाच्या जीवनात येऊन गेले आहेत.

विलाप करणाऱ्या त्या माता गंगेचे कृष्ण सांत्वन करतो. वसिष्ठांच्या शापामुळे पृथ्वीवर अवतरावे लागलेल्या वसूंची आठवण करून देतो. जननी-धर्माच्याही पलीकडे जो परम धर्म आहे, त्याची आठवण करून देतो. मातेच्या ममतेने वेढलेला

क्षणिक आघात बाजूला सारून, जे काही भवितव्य आहे, कर्माचे जे स्वाभाविक फळ आहे, त्याची आठवण करायला सांगतो. शिखंडी केवळ निमित्त होता, वस्तुतः भीष्मांच्या अंताच्या दृष्टीने निमित्ताला काहीच किंमत नाही, ह्याकडे कृष्ण गंगेचे लक्ष वेधतो. कृष्णाने केलेल्या सांत्वनाने गंगा शांत होते आणि पुनश्च एकदा वाहत्या प्रवाहात प्रवेश करते.

भीष्म आणि कृष्ण ह्या दोघांत उघडपणे क्वचितच दिसून येणारे असे एक गूढतम नाते आहे. दोघांच्याही अंतरंगात स्थिरावलेला एकमेकांबद्दलचा सद्भाव आणि एकमेकांबद्दलची जाण ह्यामागचे गूढ फार रोमांचकारी आहे. एकमेकांची महानता दोघेही पूर्णतया जाणून आहेत. तरीदेखील काळ आणि धर्म यांच्या अधीन असे, कुरुक्षेत्रावरच नव्हे तर समग्र जीवनक्षेत्रात ह्या दोघांचे जे आचरण आहे त्याला खरोखरीच तोड नाही.

दोघेही सारखेच वंदनीय आहेत. महा-पर्वताच्या दोन उत्तुंग शिखरांच्या पृथ्वीवर पडलेल्या ह्या महा-सावल्या कित्येक शतकांनंतर आजसुद्धा शीतल छाया प्रसारत आहेत!

◆

युगान्त हा महाकाळाचा संकेत

अवघ्या जीवसृष्टीचा उगम आणि विस्तार मुळात बुरशी आणि शेवाळ ह्यातून झाला आहे असे कोणा भौतिकवाद्यांचे म्हणणे आहे; तर ह्या प्राणिसृष्टीची निर्मिती ईश्वराने केली आहे, असे आधिभौतिकवादी म्हणतात. ह्या दोन्ही प्रतिपादनांनी मूलतः एक गोष्ट मान्य केलेली दिसते ती म्हणजे, हे समग्र चैतन्य शून्यातून प्रकट झाले आहे. चैतन्याच्या ह्या प्रकटीकरणामागे – मग ते जलचर रूपातील असो, स्थलचर रूपातील असो अथवा आकाशगामी स्वरूपातील असो – कोणती ना कोणती निश्चित अशी योजना अथवा हेतू असणारच. आपल्याला तो हेतू ज्ञात नसण्याची शक्यता आहे. मानवाच्या आकलनशक्तीच्या मर्यादेचा तो परिणाम असू शकतो. चैतन्याचे प्रकटीकरण हे जसे त्याच्या अंताचेही द्योतक आहे असेच त्या सगळ्याचा अंतसुद्धा एका विशिष्ट हेतूशी निगडित आहे. ह्या विशिष्ट हेतूला अवतारवादी 'अवतारकृत्य' म्हणोत किंवा भौतिकवादी त्याला 'संयोजित घटकांचे विसर्जन' म्हणोत; परंतु चैतन्याचा आविष्कार शून्यातून झाल्याचे जसे मान्य केले गेले, तसेच त्या चैतन्याला स्थूलातून सूक्ष्मात – शून्यतेत - विलीन होण्याची स्वाभाविक प्रक्रिया म्हणूनही स्वीकारले गेले, हाच त्याचा अंतिम परिणाम आहे.

श्रीकृष्णाचे आयुर्मान साधारणतः सव्वाशे वर्षांचे असावे असे मानले जाते. काही ठिकाणी ते एकशे चाळीस वर्षांपर्यंत ताणल्याच्या खुणासुद्धा सापडतात. सव्वाशे असो की एकशे चाळीस, त्यांमुळे फारसा फरक पडत नाही. ह्या आयुष्यमानादरम्यान जे चैतन्य स्थूलरूपात वावरत होते, त्या चैतन्याचा त्यामागचा उद्देश काय होता याविषयी विद्वान, पंडित, विचारवंत इत्यादींचे काहीही निष्कर्ष असोत, पण त्या चैतन्याच्या आयुष्यकाळाच्या शेवटाचे भाकीत त्याच्या अंताच्या छत्तीस वर्षे आधीच केले गेले होते. महायुद्धाच्या एकोणिसाव्या दिवशी माता

गांधारीने कृष्णाला शाप दिला होता–छत्तीस वर्षांनंतर सर्व यादवांसह, हे कृष्णा, तूसुद्धा नाश पावशील.

अशाप्रकारे, कृष्ण असला तरी त्याचा ह्या सृष्टीवरचा विहार शाश्वत नसणार ह्याचा संकेत मिळून चुकला होता. कृष्णानेदेखील तो अगदी सहजपणे स्वीकारला होता. कृष्ण आणि बलराम दोघांचे रक्षण मिळालेले यादव अति सामर्थ्यशाली होते. यादवांचा अंत घडवून आणणे तत्कालीन कोणत्याही समाजाला शक्यच नव्हते. त्यामुळेच, गांधारीचा शाप हे निमित्त समजून यादवांच्या नाशाचे हे भाकीत कृष्णाने स्वीकारले होते. अंत अनिवार्य असतो; नैसर्गिकच असतो. तर मग, यादवांच्या नाशाला गांधारीच्या शापाहून बलवत्तर दुसरे काय असू शकते? कृष्णाची ही आर्षदृष्टी आणि तटस्थभाव म्हणजे 'न मां कर्माणि लिम्पन्ति, न मे कर्मफले स्पृहा' (भगवद्‌गीता - अ. ४ श्लोक १४) ह्या, त्याने करून दिलेल्या स्वपरिचयाचेच द्योतक आहेत.

'महाभारत', 'श्रीमद्‌भागवत' तसेच 'विष्णुपुराण' ह्या तीनही ग्रंथांत भविष्याचे जणू भाकीतच करणाऱ्या अनेक अपशकुनांची भलीमोठी यादी दिली आहे. हे अपशकुन म्हणजे कोण्या एका व्यक्तीच्या अंताचे संकेत नाहीत. असे संकेत महाकाळ एका विशिष्ट व्यक्तीला लक्ष्य ठरवून देत नसतो. एखादी व्यक्ती त्या त्या युगात भले कितीही महान ठरो, महाकाळाच्या दृष्टीने तिचे स्थान एका बिंदूहून अधिक नसते. म्हणूनच, महाकाळ जेव्हा असे संकेत देतो तेव्हा ती एका युगान्ताच्या भाकिताची खूण असते-एका संस्कृतीच्या समाप्तीचा तो संकेत असतो.

'कृष्णाचे निर्वाण' हा एका युगाचा अस्त, एका संपूर्ण संस्कृतीची अखेर मानली जावी इतके कृष्णाचे व्यक्तित्व प्रचंड आणि महान होते. त्यामुळेच, 'महाभारता'तील मौसल पर्व-अध्याय ३, 'श्रीमद्‌भागवता'तील स्कंध ११- अध्याय ३० आणि 'विष्णुपुराणा'तील अंश ५- अध्याय ३७ ह्यांमध्ये कृष्णाच्या म्हणजेच यादवांच्या निमित्ताने अशा संकेतांची काही विस्तृत वर्णने तर काही ठिकाणी ओझरते उल्लेख आहेत. 'हरिवंश' ग्रंथ 'कृष्णचरित्रा'चे चित्रण करण्यासाठीच लिहिला आहे, असे त्याच्या उपोद्‌घातात म्हटले असले तरी कृष्णाच्या विलयाचा त्यात साधा इशारासुद्धा नाही. हा ग्रंथ अवघ्या 'कृष्णचरित्रा'चे रेखाटन करतो, पण कृष्णाच्या अंताबद्दल मात्र तो रहस्यमयरीत्या मूक आहे.

सूचक अपशकुनांमध्ये मुख्यत्वे, अगणित उंदीर, वारंवार येणारी झंझावाती वादळे, गायीच्या पोटी गाढव, खेचराच्या पोटी हत्ती, कुत्रीच्या पोटी बोका असा त्या त्या जातीच्या प्राण्यांऐवजी भलत्याच जातींच्या प्राण्यांच्या पिल्लाचा जन्म, वडीलधाऱ्यांची आणि गुरुजनांची अवज्ञा करण्याची वाढीस लागलेली वृत्ती, पती-पत्नीचे एकमेकांशी कलह, एकमेकांची वंचना, अन्नात अचानक पडलेले किडे, भूकंप, आकाशातील

नक्षत्रांची टक्कर, सूर्यमंडळात पडलेले खळे, वद्य तृतीयेलाच आलेली अमावस्या अशी उदाहरणे दर्शविली आहेत. असल्या दृश्यांची कल्पनादेखील कोणाही शहाण्या माणसाला काळजी करायला लावेल, अशीच आहे.

महायुद्धानंतर छत्तिसाव्या वर्षी अशा प्रकारचे संकेत घडून येत असलेले कृष्णाच्या नजरेने टिपले. अन्य कोणाला त्यांचा अर्थ उलगडला असेल वा नसेलही, परंतु कृष्ण कसा विसरेल? त्याला गांधारीच्या शापाचे स्मरण होते! ते संकेत जणू यादवांच्या अंताचे असल्यागत सर्व यादवकुमारांना कुबुद्धी होऊ लागली होती. अपशकुनांच्या यादीत सांगितलेल्या संकेतांपैकी एक म्हणजे गुरुजनांची अवज्ञा ते करू लागले. कृष्णाचा पुत्र 'सांब' ह्याने आपल्या पोटाला मुसळ बांधून गर्भवती स्त्रीचे रूप घेतले. उन्मत्त झालेला हा कुमार नारदांसारख्या देवर्षींच्या डोळ्यांदेखत अन्य ऋषींची थट्टा करू लागला.

देवर्षी नारद प्रत्यक्ष हजर असताना सगळ्या यादवांनी अशा तऱ्हेचे निर्लज्ज वर्तन करावे, ही गोष्ट सामान्यतः अगदी अकल्पनीय होती. नारदांचे तसेच इतर सर्व ऋषींचे सामर्थ्य यादव जाणत नसतील हे संभवतच नाही. तरीसुद्धा त्या सगळ्यांनी असे अविचारी आणि पोरकट कृत्य केले ह्याला काळाची प्रेरणा ह्याखेरीज दुसरे काय म्हणावे? जणू काळानेच करवून घेतल्यागत त्यांनी स्वतःच आपला विनाश ओढवून घेतला. ह्या सर्वनाशाचे निमित्त म्हणूनच जणू हे मुसळ निर्माण झाले.

ऋषींची शापवाणी ऐकून चिंतित झालेल्या यादवकुमारांनी ही गोष्ट द्वारकेतल्या ज्येष्ठ यादव उग्रसेनांना सांगितली तेव्हा त्यांनी ते मुसळच नष्ट करण्याचा – आणि त्याद्वारे शापाच्या संभाव्य परिणामांतून सुटका करून घेण्याचा - एक अजाण प्रयत्न केला. गांधारीचा जो शाप कृष्णाने शिरोधार्य मानला होता त्या शापाचेच हे पुनरावर्तन होते, परंतु उग्रसेनासारख्या ज्येष्ठ यादवाने शापाचा स्वीकार करण्याऐवजी त्यातून सुटका करून घेण्याचा प्रयत्न करावा, हेसुद्धा महाकाळाने भ्रमित केलेल्या बुद्धीचेच द्योतक नाही, असे कोण म्हणेल? अन्यथा, नारदादि महर्षींनी दिलेल्या शापाच्या प्रभावातून मुक्त होण्याच्या प्रयत्नात उग्रसेनासारखा वरिष्ठ यादव असे काही पाऊल उचलेल का? असा काही विचार तरी करू शकेल का?

...पण यादव मद्यप्रिय होते. मुळात दारूचे व्यसन वाईट असते; त्यातही शिरावर जेव्हा भय घोंघावत असते तेव्हा मद्यात बुडालेला माणूस विवेकशून्य वर्तन करतो आणि असे ते वर्तन विनाशाचेच द्योतक असते. दक्षतेचा उपाय म्हणून उग्रसेनाने संपूर्ण द्वारकेत मद्यपान निषेध जाहीर केला. कोणी मद्याचे उत्पादनच करू नये, एवढ्यासाठी असे उत्पादन करणाऱ्याला देहान्ताची शिक्षा देण्याची आज्ञा केली. उग्रसेनाने सुनावलेला हा मद्यनिषेध मद्यपानामुळे होणाऱ्या दुर्गतीतून मुक्ती मिळावी, म्हणून अमलात आणलेला नव्हता. मद्यपान हा एक दुर्गुण आहे, सारासार

विचारबुद्धीचा विसर पाडणारा दुर्गुण आहे, अशा सद्हेतूने घेतलेला हा निर्णय नाही. उग्रसेनाने घेतलेला निर्णय केवळ भयप्रेरित आहे.

भय होते; पण ते उग्रसेनाच्या मनात! कृष्णाला असे काही भय नव्हते. नारदाचा शाप म्हणजे कृष्णाच्या दृष्टीने गांधारीचा शाप प्रत्यक्षात येण्याचा क्षण जवळ आल्याची सूचना देणारा होता. अशा शापातून सुटका करून घेण्याचा प्रयत्न करण्याऐवजी तो शाप सफल व्हावा, ह्यासाठी सहजपणे प्रयत्न करण्यात जीवनाचे सार्थक आणि गौरव असतो. कृष्णाचे ह्यानंतरचे आचरण असे गौरवशाली आहे.

सगळे यादव द्वारका सोडून तीर्थाटनाचे निमित्त करून 'प्रभासक्षेत्री' गेले त्यासंदर्भात 'महाभारता'त आणि 'भागवता'त एकवाक्यता नाही. 'महाभारत' म्हणते, की अपशकुनांच्या तसेच शापाच्या भयाने यादवांनी आपापल्या स्त्रियांसहित द्वारकेबाहेर कोठेतरी तीर्थाटनाला जाण्याची इच्छा व्यक्त केली, म्हणून त्या सर्वांना घेऊन कृष्ण आणि बलराम 'प्रभासक्षेत्री' गेले. जाताना त्यांनी आपल्यासोबत भरपूर खाद्यपेये - यात मद्याचाही समावेश आहे- नेली होती. हत्ती, घोडे आणि अन्य वाहनांतून ते सारे 'प्रभासतीर्था'ला गेले.

'श्रीमद्‌भगवता'नुसार सर्व यादवांना कृष्णाने स्वतःच सुचवले होते, की समग्र यादवकुळाला शापाने ग्रासले आहे, शिवाय शकुनसुद्धा चांगले होत नाहीत, म्हणून आता आपण सगळे प्रभासक्षेत्राला जाऊ. त्या ठिकाणी देव-देवतांची पूजाअर्चा करू, ब्राह्मणांचा सत्कार करू, दानधर्म करू तसेच समुद्रतटी वाहत्या सरस्वती नदीमध्ये स्नान करून पवित्र होऊ. कृष्णाच्या प्रस्तावानुसार यादव नावांमध्ये बसून 'प्रभासतटी' आले आणि रथांतून पुढे तीर्थक्षेत्री पोहोचले. त्यांच्यासोबत स्त्रिया असल्याचा मात्र उल्लेख नाही.

हजारो श्लोक, शेकडो पृष्ठे आणि अनेक पर्व ह्यांतून कुरुवंशीयांच्या विनाशाचे विस्तारपूर्वक वर्णन करणारे 'महाभारत' यादवांच्या अंताची गोष्ट मात्र जेमतेम एखाद्या अध्यायात आटोपती घेते. 'मौसल पर्व' मुळातच अगदी लहानसे आहे. 'प्रभासक्षेत्री' यादवांनी केलेल्या आत्मनाशाबद्दल - कृष्ण-बलरामांच्या देहोत्सर्गाचा समावेशदेखील त्यातच आहे - चौथ्या अध्यायातील सुमारे तीस श्लोक आणि पाचव्या अध्यायातील सुमारे वीस श्लोक एवढेच एकूण वर्णन आहे. श्रीकृष्णासारख्या युगपुरुषाच्या अस्तासाठी व्यासांनी अधिक व्यापक वाटा का ठेवला नसावा, असा प्रश्न सहजच मनात येतो. ('महाभारता'च्या आदिपर्वात दिलेल्या अनुक्रमणिकेत तर 'मौसलपर्वा'चा उल्लेखच नाही.)

'प्रभासक्षेत्री' जे जे काही घडले त्यात विवेकाचा किंवा सुसंस्कृततेचा लवलेशही नव्हता. ज्या यादवांचे तत्कालीन समग्र आर्यावर्तावर प्रभुत्व होते, युद्धात जे अजेय समजले जात होते, तेच यादव परस्परांवर खरकटी भांडी फेकून एकमेकांशी

भांडत, लढत असतील तर त्याला विपरीत कालगती न म्हणावे तर काय म्हणावे? कृष्णार्जुनांचा सोबती म्हणावा अशा, ज्ञानवृद्ध परमवीर सात्यकीने मद्याच्या धुंदीत भान विसरून ह्या यादवीचा प्रारंभ करावा, ह्यातदेखील विधीचा अत्यंत क्रूर परंतु सूचक संकेत आहे.एखादा माणूस जेव्हा काळाच्या हातचे बाहुले बनतो तेव्हा त्याचे शहाणपण, त्याचा पराक्रम, त्याचा भव्यदिव्य भूतकाळ हे सर्व पत्त्यांच्या इमारतीप्रमाणे कोसळून धराशायी होत असते. त्याला मागचे काही आठवत नाही. काळाने ओढून न्यावा तसा तो मृत्यूच्या, विनाशाच्या दिशेने आंधळेपणाने धावत सुटतो. 'ईश्वराला ज्याचा नाश करायचा असतो त्याला ईश्वर सर्वप्रथम मूर्ख करून सोडतो,' ह्या इंग्रजी वचनाचे येथे स्मरण होते.

ह्याच सात्यकीकडून यादवीचा प्रारंभ झाल्याबरोबर कृतवर्मा, कृष्णपुत्र प्रद्युम्न, सांब, कृष्णाचा भाऊ गद, नातू अनिरुद्ध हे सगळे समोरच बसलेल्या कृष्णासारख्या पूज्य वडीलधाऱ्यांची पर्वा न करता मद्यपान करू लागतात. मद्याच्या अमलामुळे आपण काय करत आहोत, ह्याचेही त्यांना भान उरत नाही आणि ते सर्वजण एकमेकांवर अंदाधुंद प्रहार करू लागतात–हे दृश्य अत्यंत दयनीय आहे एवढेच नव्हे तर महाकाळासमोर नतमस्तक होऊन, मानवी शक्तीच्या मर्यादा मान्य करायला लावणारे आहे. अशाप्रकारे लढणारे हे यादव वृद्ध होते, आयुष्याच्या शेवटाकडे पोहोचलेले होते. बहुतांश यादव शंभरीच्या पलीकडचे वा शंभरी गाठलेले होते आणि तरीही त्यांचे वर्तन पंचविशीतल्या असमंजस, अविवेकी तरुणांसारखे आहे.

...परंतु, महाकाळाने ज्यांना वेढूनच टाकले आहे. त्यांच्या दृष्टीने पार्थिव मृत्यू हे केवळ निमित्तमात्र आहे. 'भगवद्गीते'त स्वतः कृष्णाने अर्जुनाला विराट रूपाचे दर्शन घडवताना म्हटले होते, की 'लढण्यासाठी कुरुक्षेत्रावर जमलेल्या ह्या साऱ्यांचा तू आत्ता वध केला नाहीस तरी, ते मृत्यूच्या अधीन होऊन चुकलेच आहेत!' मृत्यूच्या दिशेने निघालेले भीष्म, द्रोणाचार्य, कर्ण, अन्य पांडव सेनानी तसेच धृतराष्ट्र-पुत्र ह्या सर्वांना त्या वेळी अर्जुनाने ह्या विराट रूपाच्या चक्रात भरडले जाताना पाहिले होते.

त्या वेळी कृष्णाने म्हटले होते-'कालोऽस्मि लोकक्षयकृत्प्रवृद्धो लोकान्समाहर्तुमिह प्रवृत्तः। (अध्याय ११ श्लोक ३२) जगताचा विनाश करणारा महान काळ मीच आहे. नाश करण्यासाठीच मी आता प्रवृत्त झालो आहे. तू जरी लढला नाहीस – त्यांच्या मृत्यूचे निमित्त झाला नाहीस–तरी ह्या सर्व योद्ध्यांचा अंत तर ठरलेला आहेच. माझ्याकडून आधीच ह्यांचा संहार झाला आहे, तेव्हा आता तू ह्यांच्या नाशाचे निमित्त हो. कृष्णाने कुरूंना उद्देशून उच्चारलेले ते शब्द 'प्रभासक्षेत्री' आपले आप्तजन, कुटुंब-परिवार ह्यांच्या बाबतीतसुद्धा अत्यंत तटस्थपणे योजल्याप्रमाणे

यथातथ्य सार्थ होताना दिसतात. कृष्णाला कोणी आपले-परके नाही. सर्वकाही काळप्रेरित आहे. स्वतः कृष्णदेखील त्यांतील एक निमित्तमात्रच आहे.

...आणि, महाकाळाने आधीच ज्यांचा अंत घडवून आणला आहे त्यांच्या पार्थिव–स्थूल–मृत्यूसाठी कोण्या शस्त्राची तरी काय गरज? परस्परांचा वध करण्याची ज्यांच्यात अहमहमिकाच लागली होती, त्या आपल्या मद्यपी स्वजन यादवांचा संताप आल्याने कृष्णाने जवळच भूमीवर उगवलेले 'एरीक' नामक मूठभर गवत उपटून अत्यंत तिरस्काराने त्यांच्यावर फेकले. आजवर सुदर्शन चक्राने ज्यांचे रक्षण केले होते होते, अनेक शस्त्रांचे आघात ज्यांनी जिरवले होते ते उरलेसुरले यादव ह्या तृणपात्यांपासून स्वतःचा बचाव करू शकले नाहीत. हे 'एरीक' नामक गवत सांबाने आपल्या पोटाला बांधलेल्या मुसळाच्या चूर्णापासून उगवले होते.'हे मुसळच यादवांच्या नाशाला कारणीभूत होईल,' हा ऋषींचा शाप म्हणजे केवळ एक संकेत आहे. प्रत्यक्षात, काळाने ज्याला घेरले आहे, वेढून टाकले आहे, ग्रस्त केले आहे अशा माणसाचा–एकेकाळी तो अति सामर्थ्यवान असला तरी–मृत्यू समीप आला, की साधे गवताचे पातेदेखील त्याचा अंत घडवून आणू शकते, हेच त्या संकेतांचे मर्म आहे.

अशा तऱ्हेने, केवळ मूठभर गवताच्या पात्यांमुळे नाश पावलेल्या यादवांनंतर अखेरीस एकट्या उरलेल्या कृष्णाने आपले स्थूलरूप शरीर आवरून घेतले. बलरामाने समुद्रतटी योगसमाधी घेऊन आपला देह त्यागला, परंतु कृष्णाचे स्थूल शरीर मात्र एका सामान्य पारध्याच्या बाणाने विद्ध होऊन काळग्रस्त झाले, ही घटना विचार करायला लावणारी आहे. स्वजनांचा सर्वनाश झाल्यावर, माता गांधारीचे शब्द आठवत, कृष्ण एका 'अश्वत्थ' वृक्षाखाली विश्रांती घेत पहुडला असता, त्याला एक मृग समजून कोण्या शिकाऱ्याने त्याचा वेध घ्यावा, हेसुद्धा महाकाळाच्या महत्तेचेच द्योतक आहे. अत्यंत क्षुल्लक कोटीच्या एका सामान्य पारध्याला वृक्षाखाली मृग आहे, असे वाटते आणि त्या शिकाऱ्याच्या हातून महाकाळ कृष्णासारख्या युगपुरुषाचे अस्तित्वच नष्ट करू शकतो. व्यासांनाही कदाचित हेच अभिप्रेत असावे.

◆

कृष्णं वन्दे जगद्गुरुम्

हिंदू धर्मग्रंथांत अनेक देव-देवतांचे आणि लोकोत्तर व्यक्तींचे उल्लेख आहेत; परंतु त्यांपैकी कृष्णाखेरीज कोणालाही 'पूर्ण पुरुषोत्तम' म्हटले गेलेले नाही. हिंदू धर्मातील 'अवतारवादा'वर श्रद्धा असणारे, कृष्णाला भगवान विष्णूचा आठवा अवतार मानतात. ज्यांची तशी श्रद्धा नाही, त्यांच्यासाठी कृष्णाने स्वतः एक वाक्य म्हटले आहे. समेटाचा अखेरचा प्रयत्न करण्यासाठी म्हणून 'उपप्लव्य' नगरीहून हस्तिनापूरला जाण्यासाठी निघताना कृष्ण अर्जुनाला म्हणतो, 'जे जे काही मानवीय मर्यादेच्या कक्षेत असेल ते ते सर्व मी करेन, दैवी कर्मे तर मी करू शकणार नाही!' अशा प्रकारे कृष्णाने स्वतःच्या मानुषी रूपाचा स्वीकार केला आहे.

असे असेल तर मग, कुरुक्षेत्रात प्रगटलेल्या विराटरूप दर्शनाबद्दल काय म्हणावे? हे प्रचंड रूप प्रगट केल्यानंतर कृष्णानेच म्हटले आहे, ''मीच महाकाळ आहे. अवघे ब्रह्मांड माझ्यात सामावलेले आहे.'' असे म्हणताना कोणत्याही मानुषी मर्यादेचा त्याने स्वीकार केलेला नाही. ह्याठिकाणी कृष्ण केवळ पूर्ण पुरुषोत्तमच नव्हे तर साक्षात परमात्मा झाला आहे, हे कसे समजवावे?

आत्मा आणि परमात्मा ह्यांविषयी 'छांदोग्य-उपनिषदा'त म्हटले आहे, की जो कोणी आत्म्यात रत होऊन जातो, आत्म्याचा सहचर बनतो, आत्म्यातच ह्या विराट विश्वाचे दर्शन करतो, त्याच्या दृष्टीने परमात्मा ही बाह्य गोष्ट उरत नाही. आत्म्यातच त्या परमात्म्याचा समावेश होत असतो. आत्म्याची अशी ओळख करून घेण्याचे साहस करणे, हे सामान्य काम नव्हे. 'समग्र विश्वा'शी तादात्म्य पावल्यानंतरच त्याच्या आत्म्यात ते विश्व सामावून जाते आणि ह्या विश्वातच जर परमात्मा नसेल तर मग तो अन्य कोठे असणार?

त्रैलोक्य म्हणा वा चौदा भुवने म्हणा वा अन्य काही म्हणा, शेवटी हे सारे

मिळूनच विश्वाची कल्पना साकार होते ना?

एखाद्या लोकोत्तर पुरुषाला जेव्हा अशा आत्म्याची ओळख होते तेव्हाच ते विश्व त्या आत्म्यात सामावू शकते. विश्व चेतनेशी तादात्म्य पावून कृष्णाने ह्या आत्म्याला ओळखले होते म्हणूनच 'कृष्णाने स्वतःमध्ये सामावलेल्या विश्वाचे दर्शन अर्जुनाला घडवले,' असे म्हणण्याचा 'छांदोग्य-उपनिषदा'तील कथनाशी मेळ बसतो. 'छांदोग्य-उपनिषद' हे वेदान्त साहित्य आहे आणि 'महाभारत काळा'पूर्वीच त्याची निर्मिती झाली होती, हे लक्षात घेतले पाहिजे.

'अवतारवादा'विषयी बोलायचे झाले तर, 'गीते'च्या चौथ्या अध्यायातील 'संभवामि युगे युगे' ह्या सुप्रसिद्ध श्लोकाच्या आधी 'अवतारवाद' ही संकल्पना कुठेच स्पष्ट झालेली नाही. 'अवतारवादाचा सिद्धान्त' येथे प्रथमच आढळून येतो. पूर्वजन्माविषयीचे उल्लेख ह्याआधी आलेले दिसतात, हे खरे असले तरी 'अवतारवाद' म्हणजे केवळ पुनर्जन्म नव्हे. 'अवतार' आणि 'पुनर्जन्म' ह्या दोन वेगळ्या गोष्टी आहेत.

कृष्णाने सांगितलेला 'अवतारवाद', कृष्णानंतर अस्तित्वात आलेल्या बौद्ध, ख्रिस्ती आणि मुस्लिम ह्या धर्मांनीदेखील प्रत्यक्षपणे नसला तरी परोक्षरीत्या स्वीकारला आहे. बुद्धांच्या जन्मानंतरच्या 'जातक कथा' प्रसिद्ध आहेत. तसेच, येशूनेसुद्धा 'John the Baptist was Elijah' असे म्हटले आहे. सोलोमनच्या 'Book of Wisdom' मध्ये 'देह हा आधीच्या जन्माचा ऐवज आहे,' असे म्हटले आहे. जन्मांतर ही गोष्ट 'कुराणा'त वेगळ्या प्रकारे व्यक्त झाली आहे. 'दगडातून मी वृक्ष झालो, वृक्षाचा अंत झाल्यावर प्राणी बनलो. प्राण्याच्या मृत्यूनंतर मी माणूस झालो. माणूस म्हणून मृत्यू पावल्यावर मी देवदूत होईन,' असे म्हणताना 'कुराण'ने उत्क्रांतीवादासोबतच जन्मांतराचा विचारही मांडला आहे.

असे आहे, तर मग केवळ कृष्णालाच 'पूर्ण पुरुषोत्तम' का म्हटले असावे? कृष्ण ज्याचा आठवा अवतार आहे, त्या भगवान विष्णूलादेखील पूर्ण पुरुषोत्तम म्हटलेले नाही. असे का? ह्या प्रश्नाचे उत्तर शोधण्यासाठी फार खोलात जाण्याची गरज नाही. प्रथमतः, विष्णू हे 'मानुषी' रूप नव्हेच. मुळात जो मनुष्यच नाही, त्याला पुरुष म्हणायचा प्रश्नच येत नाही. हा मुद्दा एकदा मान्य केला, तर त्या प्रश्नाकडे वेगळ्या परिप्रेक्ष्यातून बघावे लागेल. अनेक लोकोत्तर व्यक्ती आणि रामांसारखे इतर अवतार ह्या सगळ्यांमध्ये कृष्ण त्याच्या व्यक्तिमत्त्वाच्या कोणत्या अंगाने 'पूर्ण' ठरतो? जन्मबंधनातून मुक्त असलेला, केवळ ईश्वरच 'पूर्ण' असू शकतो!

इथे पूर्ण ह्या शब्दाचा अर्थ समजून घेतला पाहिजे. ह्या समग्र सृष्टीचा पसारा– त्याची भव्यता, त्याच्या मर्यादा, त्यांतील सुख-दुःखे, त्यांतील दोष, त्याची महत्ता

ह्यांसकट त्याचे संपूर्ण स्वरूप–आपल्यासमोर आलेले हे सारे, कोणत्याही प्रकारच्या कटुतेविना, जसे आहे तसेच्या तसे, विनातक्रार, अत्यंत सहजतेने, पूर्णतया स्वीकारणे हा त्या पूर्णत्वाचा अर्थ आहे. राजसूय यज्ञाच्या प्रसंगी, समग्र आर्यावर्तातील एकाहून एक अत्यंत थोर आणि पराक्रमी व्यक्ती तेथे उपस्थित असताना पहिल्या अर्घ्याचा अधिकार ज्या तटस्थपणे स्वीकारावा, तेवढ्याच तटस्थपणे गोपींचे वस्त्रहरणही करावे– (अर्थात, ही घटना स्थूलमानाने घेतली तर!) –कसलाच आग्रह वा अट्टाहास नाही. कोणतेही काम लहान वा महान नाही. सकल विश्वात जे जे काही आहे, ते ईश्वरदत्त आहे. त्याचा पूर्णपणे परंतु संयमपूर्वक उपभोग घ्यावा, त्याचा स्वीकार करावा. जे काही ह्या देहाला अनुकूल असेल त्याचाच स्वीकार, हेच कृष्णत्व. गांधारीच्या शापांचाही स्वीकार आणि आप्तजनांच्या अंताचाही सहज भावनेने स्वीकार!

हा असा 'स्वीकार'च कृष्णाला पूर्णत्व बहाल करतो. अन्य कोणा देव-देवतांनी अथवा इतर कोणीच अशाप्रकारे सकल सृष्टीचा, कोणताही अपवाद न करता संपूर्ण स्वीकार केलेला नाही. कोठे उपवास, तर कोठे अहिंसा, तर कोठे तप, त्याग, ब्रह्मचर्य... इत्यादी अनेक ठरावीक लक्षणे त्याज्य अथवा ग्राह्य मानून महत्तेचे आरोपण झाले आहे. कृष्णाने अशा प्रकारच्या लक्षणांनी सुनिश्चित करून ठेवलेली महत्ता स्वीकारलेली नाही. त्याउलट, ह्या लक्षणांना कृष्णाने एक वेगळा आयाम दिला. म्हणजेच कृष्णाचे हे पूर्णपुरुषोत्तम-स्वरूप.

असे हे पूर्णत्व प्राप्त होणे म्हणजे 'मानुषी' मर्यादा पूर्ण होणे नव्हे. कृष्ण म्हणजे जन्मबंधन नसलेला, अजन्मा ईश्वर नव्हे; जन्मासोबतच मनुष्यत्वाच्या मर्यादा जन्म घेत असतात. ह्या मर्यादेचे सुंदर, मानसशात्रीय; परंतु काव्यमय असे एक उदाहरण 'महाभारता'च्या अश्वमेधिक पर्वाच्या पंधराव्या अध्यायात आहे. युद्ध समाप्त झाल्यानंतर, सर्व काही पूर्ववत झाल्यावर हस्तिनापुरात एकदा अर्जुन कृष्णाला म्हणतो, "हे केशवा, कुरुक्षेत्रावर तू मला जे ज्ञान दिले होतेस ते, त्यावेळच्या माझ्या भ्रमित अवस्थेमुळे माझ्या स्मरणात राहिले नाही. तू कथन केलेल्या त्या सगळ्या गोष्टी मला पुन्हा एकवार ऐकायच्या आहेत." (श्लोक ६-७)

त्यावर कृष्ण परखडपणे म्हणतो, "हे पांडुपुत्रा, मी त्या वेळी सांगितलेले सर्व तू आता विसरलास, ही तुझी मोठीच चूक झाली आहे. त्या वेळी मी जे काही बोललो ते सगळे पुन्हा एकदा सांगणे आता मलाही शक्य नाही." कधी कधी परिस्थितीच्या आवश्यकतेनुसार माणूस एखादी अत्यंत मोलाची गोष्ट सहजच बोलून जातो. त्यासाठी त्याने मुद्दाम सायास केलेले नसतात. अशाप्रकारे जे अनायास घडते त्यामागे त्या व्यक्तीचे सुप्त सामर्थ्य आणि त्यावेळची परिस्थिती

ह्यांचा प्रभाव हेच कारण असते. ती परिस्थिती बदलली, की मग त्यावेळचे ते सामर्थ्यदेखील लुप्त होऊन जाते. कारण ते काही दैवी सामर्थ्य नसते, ती असते मानवी मर्यादा. स्वतः कृष्णसुद्धा 'गीते'ची पुनरावृत्ती करू शकत नाही, 'गीता' जशीच्या तशी दुसऱ्यांदा सांगू शकत नाही.

कृष्णासंबंधी कालगणना करण्यासाठी विद्वानांनी शक्ती आणि वेळ, दोन्हीही मोठ्या प्रमाणात खर्च केले आहेत. कृष्ण तीन हजार वर्षांपूर्वी होऊन गेला, की चार हजार वर्षांपूर्वी, हे नेमके सांगण्याने फार मोठा तात्त्विक फरक पडतो, असे नाही. कृष्णाचे व्यक्तित्व, 'लोकोत्तर' आहे, तसेच ते 'कालोत्तर' आहे. अलीकडेच प्रसिद्ध झालेल्या एका संशोधनग्रंथात ('Beginning of Life, Culture and History'– व्हॉल्यूम १–एस. डी. कुलकर्णी आणि इतर) सिंधू नदीच्या खोऱ्यातील संस्कृतीशी म्हणजेच आर्यांच्या आगमनापूर्वीच्या 'मोहेंजोदारो संस्कृती'शी कृष्णाचा संबंध जोडला आहे. त्या ठिकाणच्या उत्खननात सापडलेल्या एका मूर्तीमध्ये दोन माणसे एक वृक्ष धरून उभी आहेत, आणि स्वतः वृक्षदेव त्या दोघांना आधार देत आहेत. त्या शिल्पातील वृक्षदेवता म्हणजे 'बाल्यावस्थेतील कृष्ण' असे सिद्ध केले आहे – अथवा असे सिद्ध करण्याचा प्रयत्न केला आहे. कृष्ण हा आर्यांच्या आगमनाच्या काळातील जानपदी गणतंत्राचा इतिहास आहे, असा जो आपला पारंपरिक समज आहे, तोच येथे बदललेला दिसतो.

...तर ते असो!

कृष्णाचे व्यक्तिमत्त्वच असे आहे, की त्याचा स्वीकार केल्यावाचून गत्यंतर नाही. कृष्णानंतर शेकडो वर्षांनी निर्माण झालेल्या बौद्ध आणि जैन ह्या धर्मांनासुद्धा त्यांच्या मार्गात कृष्णच एखाद्या भरभक्कम अढळ शिलेप्रमाणे भासला आणि म्हणूनच श्रीराम अथवा अन्य कोणत्याही हिंदू देव-देवतेला नव्हे, तर केवळ कृष्णालाच बौद्धधर्माने 'मार' असे म्हणून उतरत्या कोटीचा दाखवण्याचा प्रयत्न केला, तर 'गीते'त हिंसेचा मार्ग दर्शवला म्हणून जैनधर्माने कृष्णाला नरकात पाठवण्याची शिक्षा दिली आहे. कृष्णाने हिंसा करण्याचा उपदेश केला, परंतु रामाने तर त्याहून कित्येक पटींनी अधिक हिंसा स्वतः केली आहे. तरीदेखील रामाला नरकवासाची शिक्षा दिली गेली नाही. त्यावरून, कृष्णाचे व्यक्तिमत्त्व गेल्या कित्येक शतकांत अन्य धर्मोपदेशकांना किती विराट वाटले असेल ह्याचीच पुष्टी मिळते.

कृष्णाचा असा कोणता निश्चित काळ असो वा नसो, कृष्णाचा असा कोणताही नेमका, विशिष्ट आकार असो वा नसो, तरीसुद्धा मानवजातीने विचार करायला सुरुवात केल्यावर सर्वप्रथम कृष्ण हीच भावना, हीच कल्पना त्याच्या

मनात प्रगट झाली होती, असे म्हणता येईल. जोवर म्हणून मानवजात विचार करत राहील तोवर 'कृष्ण' ही संकल्पना टिकून राहील; कारण–कृष्ण म्हणजे एक आदर्श आहे! पूर्णत्वाचा आदर्श!!

काळ कोणताही असो, धर्म कोणताही असो, वा प्रदेश कोणताही असो, वेगवेगळ्या, काळांतल्या, धर्मांतल्या अथवा प्रदेशांतल्या अखिल मानवजातीला ईश्वराबद्दल जी एक उत्कंठा, जी अत्यंत उत्कट आस लागून राहिली आहे, त्या उत्कंठेचा आविष्कार म्हणजे, 'कृष्ण'!

नतमस्तक होऊन, त्या अत्युत्कट भावनाविष्काराला वंदन करण्याखेरीज दुसरे काहीच संभवत नाही.

◆